D1763813

மாற்றுச் சாவி

மாற்றுச்சாவி

நாகூர் ரூமி

கிழக்கு

மாற்றுச்சாவி
MaatruChaavi
Nagore Rumi ©

Kizhakku First Edition: May 2016
104 Pages
Printed in India.

ISBN 978-93-84149-92-5
Kizhakku 930

Kizhakku Pathippagam
177/103, First Floor,
Ambal's Building, Lloyds Road,
Royapettah, Chennai 600 014.
Ph: +91-44-4200-9603
Email : support@nhm.in
Website : www.nhm.in

◼ kizhakkupathippagam
◙ kizhakku_nhm

Author's Email: ruminagore@gmail.com

Kizhakku Pathippagam is an imprint of New Horizon Media Private Limited

This book is sold subject to the condition that it shall not, by way of trade or otherwise, be lent, resold, hired out, or otherwise circulated without the publisher's prior written consent in any form of binding or cover other than that in which it is published and without a similar condition including this the rights under copyright reserved above, no part of this publication may be reproduced, stored in or introduced into a retrieval system, or transmitted in any form or by any means (electronic, mechanical, photocopying, recording or otherwise), without the prior written permission of both the copyright owner and the above-mentioned publisher of this book.

எல்லாப் பிரச்சனைகளுக்குமான மாற்றுச்சாவியை
எங்கள் கையில் ஒப்படைத்த குருநாதர் மறைந்து வாழும்
ஹஸ்ரத் மாமா அப்துல் வஹ்ஹாப்
அவர்களுக்கு

உள்ளே

1. அவிழ்த்துக் கொட்டிய கடு குப் பொட்டலம் 09
2. தங்கச் சுரங்கத்தின் சாவி 18
3. காலமும் காத்திருப்பும் 29
4. மாயக் குப்பைத்தொட்டி 38
5. மாற்றுப் பாதை 47
6. நெருப்பா ஒளியா? 56
7. வெற்றி விதிகள் 66
8. தியானங்கள் எதற்காக? 74
9. தியானங்கள் பழகலாம் 82

1

அவிழ்த்துக் கொட்டிய கடுகுப் பொட்டலம்

நாம் வாழ்ந்து காட்டவேண்டும் என்பது சரி. யாருக்கு எனில், சமுதாயத்துக்காக அல்ல. நமக்கு நாமே யார் என்று காட்டத்தான். இதற்கு உங்களைப் பற்றி நீங்கள் நினைத்துக்கொண்டுள்ள தவறான எண்ணத்தை மாற்றிக்கொள்ளவேண்டும் - ஹஸ்ரத் மாமா.

ஒருநாள் சீடர்களையெல்லாம் அமரவைத்துப் பேசிக்கொண்டிருந்தபோது, 'உங்களுக்கு ஏதாவது பிரச்னையா? அப்படியானால் நீங்கள் கொடுத்து வைத்தவர்' என்றார் எங்கள் குரு.

எங்களுக்கெல்லாம் ஒரே ஆச்சரியம். இன்னும் சரியாகச் சொல்லப்போனால் கொஞ்சம் தூக்கிவாரிப் போட்டது என்றுதான் சொல்லவேண்டும். ஆனால் என் குருநாதரிடம் பதிலுக்கு பதில் உடனுக்குடன் பேசக்கூடியவர்கள் என்னைத்தவிர வேறு யாரும் இல்லை.

'அது எப்படி மாமா? பிரச்னை வந்தால் கொடுத்து வைத்தவர் என்று சொல்லுகிறீர்கள்? இப்படி இந்த உலகில் யாரும் சொன்னதில்லையே! ஒரு பிரச்னை எப்படிக் கொடுப்பினையாகும்?'

துணிச்சலாகக் கேட்டுவிட்டேன். ஆனால் மரியாதையோடுதான். வழக்கம்போல அவர் சாய்வு நாற்காலியில் சாய்ந்துகொண்டே ஃபில்டர் வைத்த சிகரெட்டைப் புகைத்துக்கொண்டு எங்களைப் பார்த்துப் புன்னகைத்தார். பதில் சொல்லத் தயாராகிறார் என்று அர்த்தம். கேள்வி கேட்டது நான்தான் என்றாலும் அந்தக் கேள்வி எதிரில் அமர்ந்திருந்த சீடர் குழாமுக்காகத்தான் என்பது அவருக்குப் புரியும்.

'சரிப்பா, ஒரு பிரச்னை வந்தா என்ன? ஒரு பிரச்னையை சந்திக்கிற துணிச்சல்கூட இல்லன்னா எங்கிட்ட ஏன் வர்றீங்க? பிரச்னை வந்தா நீங்க யாருன்னு தெரிஞ்சுக்கிறதுக்கு ஒரு வாய்ப்பு வந்திருக்குன்னு அர்த்தம். இல்லையா?'

அவர் ஒரு கணம் நிறுத்தினார். ஏற்கனவே கொஞ்சம் எனக்குப் புரிந்திருந்தது. இப்போது தெளிவாகிவிட்டமாதிரி தோன்றியது. அவர் தொடர்ந்தார்.

'ஒரு பிரச்னை வரும்போதுதான் பிரச்னையா நீங்களா... யார் ஜெயிக்கப்போறிங்க என்ற கேள்வி வந்துடுதில்லையா? அதுதான் சரியான நேரம். அதுதான் உங்களுக்கான சவால். அதில் நீங்கள் ஜெயிக்கணும். அப்பதான் நீங்கள் உங்கள மனுஷன்னு சொல்லிக்கலாம். இல்லைன்னா வெறும் மண்ணுதான் நீங்க'.

அவர் நிறுத்தினார். மீண்டும் சிகரெட்டை ஒரு இழுப்பு இழுத்துக் கொண்டார். கீழே வைத்திருந்த சின்ன க்ளாஸில் இருந்த தேநீரைக் கொஞ்சம் எடுத்து உறிஞ்சிக்கொண்டார்.

'பிரச்னையைப் பெரிசா நெனச்சீங்கன்ன, நீங்க சின்னதாயிடுவீங்க. உங்கள பெரிசா நெனச்சீங்கன்னா, பிரச்னை சின்னதாயிடும். நீங்க பெருசா, பிரச்னை பெருசா? ம்ஹ்ம், சொல்லுங்க' என்றார்.

அது ஒரு கேள்வியல்ல. அது அவர் பேசும்முறை. நாங்கள் மௌனம் காக்கவேண்டும். காத்தோம். எங்கள் கேள்விக்கு பதில் கிடைத்துவிட்டதாக நாங்கள் ஒத்துக்கொண்டதற்கு அடையாளம் தான் அந்தச் சில கணங்களின் மௌனம். எனக்குப் புரிந்துவிட்டது. ஆனால் எனக்குத் தெளிவான மாதிரியே எல்லாருக்கும் புரிந்திருக்குமா என்பது தெரியவில்லை. அதை உணர்ந்துகொண்டாரோ என்னவோ, திடீரென்று ஹஸ்ரத் மாமா மேலும் தொடர்ந்தார்.

'எதையும் தாங்கும் இதயம் இங்கே உறங்குகிறதுன்னு அறிஞர் அண்ணாவோட கல்லறையில எழுதியிருக்காங்களாம்ல?

அதப்பத்தி ஒருத்தர் எங்கிட்ட கேட்டார். ஏன் ஹஸ்ரத், எதையும் தாங்கும் இதயம் நமக்கு வேணும்னு கேக்குறது தெருவுல போற எல்லாச் சனியனையும் இழுத்து நம்ம மேல விட்டுக்கற மாதிரியில்லையா என்று என்னிடம் கேட்டார்'.

'நா சொன்னேன், அது அப்புடியில்ல. எதையும் தாங்கும் இதயம் நமக்கு வந்துட்டா, துன்பம் வரும்போது அது நம்மைப் பொறுத்த அளவில் துன்பமாகவே இருக்காதுன்னு சொன்னேன், புரியுதா?' என்றார் எங்களைப் பார்த்து.

கொஞ்சநஞ்சம் ஒட்டிக்கொண்டு இருந்த என் சந்தேகமும்போய் தெளிவானேன். எனக்குப் புரிந்தது சரிதான் என்று உறுதி செய்யும் விதமாக ஹஸ்ரத் மாமா மேலும் சொன்னார்.

'ஒரு பூட்டு இருக்குதுன்னா, அதைச் செய்யும்போதே அதுக்கு சாவின்னு ஒன்னெ செஞ்சுதான் கொடுத்திருப்பான். ஆனா நீங்களெல்லாம் பூட்ட மட்டும் வச்சுக்கிட்டு சாவியை தொலச்சிடுறீங்க' கொஞ்சம் நிறுத்தினார். ஆனால் எனக்குப் பொறுமையில்லை. அந்த வாக்கியத்தை அவர் எப்படி முடிக்கப் போகிறார் என்று தெரிந்துகொள்ள நான் மிகவும் ஆவலாக இருந்தேன். அவர் தொடர்ந்தார்.

'சாவி தொலைஞ்சு போனா என்ன? மாற்றுச்சாவி போட்டுக் கலாமுல்ல?'

ஆஹா, நெத்தியடி மாதிரி சாவியடி என்பது அதுதான். எனக்கு விளங்கிவிட்டது. வரும் பிரச்னை எதுவாக இருந்தாலும் அதற்கான தீர்வும் பின்னால் மறைந்திருக்கும். அதைக் கண்டுபிடிக்கவேண்டும். அது முடியாவிட்டால், நம்முடைய பாணியில் அந்தப் பிரச்னையைத் தீர்க்கத் தயாராகவேண்டும். இதேபோன்ற பிரச்னைகள் நமக்கு முன்னால் வந்தபோது நமது முன்னோர்கள் அதை எப்படித் தீர்த்தார்கள் என்று பார்க்க வேண்டும். அதில் நமக்கான பதில் இருக்கலாம். ஆனால் இதற்கெல்லாம் முதலில் மனதளவில் தயாராக இருக்கவேண்டும். அதுதான் மாற்றுச்சாவிக்கான முதல் படி.

எல்லாப் பூட்டுக்களையும் திறந்துவிடும் ஒரு மாஸ்டர் மாற்றுச் சாவி உள்ளது. அதை மட்டும் முறைப்படி தயார்படுத்தி வைத்துக் கொண்டால் அதைக்கொண்டு திறக்கமுடியாத கதவுகளோ, பூட்டுகளோ, பொக்கிஷங்களோ இந்த உலகில் கிடையாது.

அது என்ன அப்படியான மாஸ்டர் மாற்றுச் சாவி?

அதன் பெயர் மனம்.

ஆமாம். மனம் ஒரு மந்திரச்சாவி. அதைக்கொண்டு எதையும் திறக்கலாம். ஆனால் அந்தச் சாவி சரியாகப் பயன்படுத்தப் படாமல், பல ஆண்டுகளாகக் கிடப்பில் போடப்பட்டுத் துருப்பிடித்துக் கிடக்கிறது. அதைச் சுத்தப்படுத்துவது எப்படி?

எனக்கொரு கவிதை ஞாபகம் வருகிறது. எங்களூர் அண்ணன் ஒருவர் எழுதியது. அந்தக் கவிதைக்கும் நான் மேலே சொன்ன விஷயத்துக்கும் நெருங்கிய தொடர்புள்ளது. அதனால் அந்தக் கவிதையைச் சொல்கிறேன்.

> தியானம் செய்
> என்றார் குரு
> நான்தான் கவிதை எழுதுகிறேனே என்றேன்
> முறைத்தார் குரு
> எனக்கு தியானம் புரிந்த அளவுக்கு
> அவருக்குக் கவிதை புரியவில்லை

இக்கவிதையில் நான் ரசித்த ஒரு விஷயமும் ரசிக்க முடியாத ஒரு விஷயமும் உள்ளது. ரசித்த விஷயம் கவிதை எழுதினால்கூட அது தியானமாகும் சாத்தியமுள்ளது என்ற உண்மை. ரசிக்க முடியாத விஷயம் குருவுக்குச் செய்யப்பட்ட அவமரியாதை. போகட்டும் தியானத்துக்கு வருவோம்.

வாழ்வில் எத்தனையோ வகையான தியானங்கள் உள்ளன. இது தியானத்தின் ஒரு பக்கம். நீங்கள் சரியான மனிதராக இருக்கும் பட்சத்தில், நீங்கள் செய்யும் ஒவ்வொரு செயலையும் தியானமாக மாற்ற முடியும்.

ஒருமுறை புத்தரிடம் கேட்டார்களாம், நீங்கள் செய்யும் தியானங்கள் என்னென்ன?

புத்தர் சொன்னார்: 'நாங்கள் மூச்சுவிடுகிறோம், சாப்பிடுகிறோம், உட்காருகிறோம், நடக்கிறோம்' என்று.

'எல்லாரும்தான் மூச்சுவிடுகிறார்கள், நடக்கிறார்கள், உட்காரு கிறார்கள், நிற்கிறார்கள், சாப்பிடுகிறார்கள், தூங்குகிறார்கள். இதிலென்ன சிறப்பு உள்ளது?'

'இல்லை, நீங்கள் செய்வதற்கும் நாங்கள் செய்வதற்கும் ஒரு வித்தியாசமுள்ளது. நாங்கள் மூச்சுவிடும்போது, மூச்சு மட்டும் விடுகிறோம். சாப்பிடும்போது சாப்பிடமட்டும் செய்கிறோம், உட்காரும்போது உட்கார மட்டும் செய்கிறோம், நடக்கும்போது நடக்கமட்டும் செய்கிறோம்' என்றாராம்.

புத்தர் சொன்னதைவிட சிறப்பானதொரு விளக்கத்தை தியானத்துக்கு யாரும் கொடுத்துவிடமுடியாது என்று நினைக்கிறேன். இந்த நேரத்தில் எனக்குத் திருமறையின் ஒரு வசனம் ஞாபகம் வருகிறது. தன்னை வணங்குவதற்காகவே மனிதர்களைப் படைத்திருப்பதாக இறைவன் சொல்வதான ஒரு வசனம் வருகிறது. ஆனால் 24 மணி நேரமும் மனிதன் இறைவனை வணங்கிக்கொண்டா இருக்கிறான்? இல்லையே! அப்படியானால் அந்த வசனத்தின் உட்பொருளென்னவாக இருக்கும் என்று நான் யோசித்தேன். என் குருநாதர்தான் ஒருநாள் விளக்கினார்: மனிதன் செய்யும் எந்தக் காரியமும் இறைவணக்கத்துக்கு அப்பாற்பட்டதல்ல. அதாவது எந்தக் காரியத்தையும் இறைவணக்கமாக மாற்றமுடியும், செக்ஸ் உட்பட என்று கூறினார். புத்தர் சொல்ல வருவதும் அதுதான்.

இந்தத் தொடர்பில் ஓஷோ சொன்ன ஒரு கதை ஞாபகம் வருகிறது. 'தியானம் செய்யும்போது சிகரட் பிடிக்கலாமா?' என்று ஒரு சீடன் குருவிடம் கேட்டான். கூடாது என்று சொன்னார் குரு. அந்தச் சீடன் அதுபற்றித் தன் நண்பனிடம் சொன்னபோது, 'ஆனால் எனக்கு தியானத்தின்போது சிகரெட் குடிக்க அனுமதி கொடுத்து விட்டாரே நம் குரு' என்று சொல்லியிருக்கிறான். ஆச்சரியமும் ஆவேசமும்பட்ட அந்த முதல் சீடன், 'அது எப்படி எனக்கு வேண்டாம் என்று சொல்லிவிட்டு, உனக்கு மட்டும் அனுமதிக்க முடியும்?' என்று கேட்டான்.

நண்பன் சொன்னான். 'நான் கேள்வியைக் கொஞ்சம் மாற்றி, குருவே, சிகரட் பிடிக்கும்போது தியானம் செய்யலாமா? என்று கேட்டேன்' என்றான்! அதுதான் புத்தர் சொன்ன பதிலில் இருந்த வித்தியாசமும்.

கேள்விகள் ஒன்றுபோலத் தோன்றினாலும் அதுவேறு இதுவேறு. ஒன்று பாதாளம். ஒன்று மலையுச்சி. கேட்பதற்குத்தான் ஒன்று போல் தோன்றும். மனிதன் செய்வதையெல்லாம் மனிதக் குரங்கும் செய்யும். ஆனால் அதனால் அது மனிதனாகிவிட முடியாது என்கிறார் மௌலானா ஜலாலுத்தீன் ரூமி!

ஆனால் சிகரட் பிடிப்பதையே தியானமாக மாற்றுவதென்பது முன்னேறிய ஒரு நிலை. அது ஆரம்பகட்ட நிலையல்ல. ஆரம்பத்தில் மனதைச் செம்மைப்படுத்த தியானம் எதையாவது செய்துதான் ஆகவேண்டும். ஏனென்றால் மனிதர்களின் மனது கடுகுப் பொட்டலத்திலிருந்து சிதறிய கடுகுகளைப்போல இருக்கிறது. மனித மனம் பற்றிய இந்த உதாரணத்தை நான் சொல்லவில்லை. ராமகிருஷ்ண பரமஹம்சர் சொல்கிறார். மனிதனுடைய மனநிலை எப்படி இருக்கிறது என்பதை அவர் சொன்னதைவிட அழகாகவும் மிகச் சரியாகவும் இதுவரை யாரும் சொல்லவில்லை. பண்படுத்தப்படாத மனது அவிழ்த்துக் கொட்டப்பட்ட கடுகுப் பொட்டலம்போலத்தான் உள்ளது. ஒரு நிமிஷத்துக்குக்கூட மனதை ஒரு விஷயத்தில் நிறுத்திவைக்க முடியவில்லை. ஒரு சில வினாடிகளில் மனதுக்குள் ஆயிரக்கணக் கான எண்ணங்கள் ஓடுகின்றன. அவற்றில் பெரும்பாலானவை எதிர்மறையான எண்ணங்கள்தான்.

டிவியில் ஒரு பாடலைக்கூட முழுசாக நம்மால் ரசிக்க முடிவதில்லை. இடையில் அச்சமூட்டும் ஏதாவது ஒரு விளம்பரம் வரும், ஜிகா வைரஸ் பற்றி. அவ்வளவுதான். அதற்குமேல் பாட்டையோ திரைப்படத்தையோ நம்மால் ரசிக்க முடியாது. எங்கோ வெளிநாட்டில், ஏதோ ஒரு ரோட்டில் போய்க் கொண்டிருக்கும் ஜிகா வைரஸை நம் மனம் நம்மை நோக்கி இழுத்துக்கொண்டிருக்கும்!

உங்கள் நிலையும் இதுதான் என்றால் இதிலிருந்து மீள்வது எப்படி?

ரொம்ப சிம்பிள். ஏற்கனவே மீண்டவர்கள் யார், அவர்கள் எப்படி மீண்டார்கள், எப்படி மனதைக் கட்டுப்படுத்தினார்கள், அடக்கி ஆண்டார்கள் என்று பார்க்கவேண்டும். அப்படிப் பார்ப்போமே யானால், அவர்களனைவரும் குழப்பம், கோபம், பொறாமை, எரிச்சல், கவலைபோன்ற எந்த எதிர்மறையான எண்ணங்களையும் அனுமதிக்காத, பிரச்னைகளை எதிர்கொள்கின்ற, பிரச்னைகளை வெற்றிகொள்கின்ற, பிரச்னைகளைக் கண்டு அச்சப்படாத, தெளிவான, தெளிந்த நீரோடைபோன்ற மனதைக் கொண்டிருந்த வர்கள் என்பது புரியும்.

அந்த மனநிலையை வெகு நிதானமான மனநிலை என்று சொல்லலாம்.

ராமன் என்ற பெயர் உலகெங்கிலும் பிரபலமாக இருப்பதற்கு என்ன காரணம் என்று ஒரு முஸ்லிம் அறிஞர் என்னிடம் கேட்டார்.

எனக்கு சட்டென்று பதில் எதுவும் தோன்றவில்லை. அந்த அறிஞர் சொன்ன பதிலில் எனக்கான முக்கியமான செய்தி இருந்தது. அது எனக்கான செய்தி மட்டுமல்ல. உங்களுக்கான செய்தியும்தான்.

அவர் சொன்னார். மறுநாள் காலை முடிசூட்டுவிழா. ஊரே கொண்டாடிக்கொண்டிருக்கிறது. ராமன் அரியணை ஏறுவதற்கான ஏற்பாடுகள் தடபுடலாகச் செய்யப்படுகின்றன. சீதா ரொம்ப சந்தோஷமாக இருக்கிறாள். இருக்காதா பின்னே! பொழுது விடிந்தால் தன் கணவன் நாடாளப் போகும் மன்னவன்! எல்லோரும் சந்தோஷத்தில் இருந்தனர். அயோத்தி நகரமே திருவிழாக் கோலம் பூண்டிருந்தது.

ஆனால், கைகேயியின் மனத்தில் மந்தரை விஷமேற்றினாள். ராமன் பதினான்கு ஆண்டுகள் காட்டுக்குப் போகவேண்டும், அவள் மகன் பரதன் ஆட்சியில் அமரவேண்டும் என்ற வரங்களைத் தன் கணவனிடம் கேட்டுப் பெற்றுக்கொண்டாள். கொடுத்த வாக்கை மீற முடியாமலும் ராமன் காட்டுக்குப் போவதைத் தாங்க முடியாமலும் தசரதன் மயக்கமடைந்து விழுந்துவிடுகிறான்.

ராமனை அழைத்து உன் அப்பா இவ்விதம் உன்னிடம் சொல்லச் சொன்னார் என்று விஷயத்தை வாழைப்பழத்தில் ஊசி ஏற்றுவது போல ராமனிடம் கூறுகிறாள் தசரதனின் இளைய மனைவியாகிய கைகேயி. அதற்கு ராமன் என்ன பதில் சொன்னான்?

அங்குதான், அதில்தான் விஷயம் இருக்கிறது. இந்த உலகுக்கான செய்தி அங்குதான் இருக்கிறது. ராமன் சொன்னது இருக்கட்டும். நாமாக இருந்தால் என்ன சொல்லியிருப்போம்? 'ஏய், என்னையா காட்டுக்குப் போகச்சொல்கிறாய்? நீ எங்கப்பனுக்கு ரெண்டாவது தானே? நான்தான் முதல் மனைவியின் ஒரே மகன். எனக்குத்தான் உரிமை உள்ளது. நான் உச்ச நீதிமன்றத்துக்குப் போயாவது, நீ சட்டபூர்வமான மனைவி இல்லை என்பதை நிரூபிப்பேன்' என்றெல்லாம் கொதிக்கும் வார்த்தைகளைக் கூறியிருப்போம். ஆனால் ராமன்?

பதினான்கு ஆண்டுகள் வனவாசம் போகவேண்டும் என்று கைகேயி கூறியதைக் கேட்ட ராமனின் முகத்தில் எள்ளும் கொள்ளும் வெடித்ததா? இல்லை. மாறாக, அன்றலர்ந்த செந்தாமரை மலரைப்போல அவன் முகம் இருந்தது என்கிறார் கம்பர்!

நீங்கள் சொன்னால் என்ன, அப்பா சொன்னால் என்ன? எல்லாம் ஒன்றுதான் தாயே? 'மன்னவன் பணியன்று ஆகின், நும் பணி

மறுப்பனோ?' என்று சொல்லி உடனே காட்டுக்குப்போக ஆயத்தமாகி மர உரி தரித்துக்கொள்கிறான்!

ராமன் என்ன மன நிலை பிறழ்ந்தவனா? இல்லை. எது நடந்தாலும் பதற்றமே அடையாத மனதுக்கு ஓர் உடலும் உயிரும் கொடுக்க முடியுமென்றால் அதன் பெயர் ராமன். ஆமாம். Embodiment of completely and perfectly relaxed personality என்றால் அது ராமன்தான். அதனால்தான் அவன் காட்டுக்குப் போனபோதும் அவன் ஆளவேண்டிய நாட்டை அவன் செருப்பு ஆண்டது! அவனுக்கு வெற்றி தவிர வேறெதுவுமே வரவில்லை.

ராமனளவுக்கு மன முதிர்ச்சியும் நிதானமும் நமக்குக் கிடைக்கா விட்டாலும் பரவாயில்லை. நம்முடைய வெற்றியைத் தடுக்காத அளவுக்காவது நிதானம் வேண்டுமல்லவா?

அப்படியானால் மனதை நிதானமடையைச் செய்வதற்கு என்ன செய்யவேண்டும்?

அதற்குத்தான் தியானம் செய்யவேண்டும்.

தியானம் செய்தால் என்ன பயன்?

தியானம் செய்தால் மனம் நிதானமடையும், தெளிவடையும். மனம் தெளிவாக இருந்தால் ஒரு பிரச்னை தொடர்பாக அதுவரை புலப்படாத தீர்வுகளெல்லாம் புலப்பட ஆரம்பிக்கும். மூளையின் வலது பக்கக் கதவு விரியத் திறந்துகொள்ளும். 'லேட்ரல் திங்கிங்' என்று சொல்லப்படும் வித்தியாசமான சிந்தனை வசப்படும். எடுத்த காரியமெல்லாம் கைகூடும். எது முடியும், எது முடியாது, ஏன் முடியும், ஏன் முடியாது, முடியாவிட்டால் என்ன செய்யலாம், முடித்துத்தான் ஆகவேண்டுமெனில் என்ன செய்யலாம், எதைச் செய்யவேண்டும், எதைச் செய்யக்கூடாது - என்பதெல்லாம் விளங்கிவிடும்.

ஞானி ராபியா பஸ்ரியின் வாழ்வில் நடந்த ஒரு நிகழ்ச்சி இங்கே நினைவுக்கு வருகிறது. ஞானி ராபியா அம்மையாரிடம் சிலர் வந்து, ''ஞானி அம்மையாரே, ஞானிகளெல்லாம் காற்றில் பறக்க முடியும், நீரின் மேல் நடக்க முடியும், அவர்களெல்லாம் அப்படிப் பட்ட இறையருள் பெற்றவர்கள் என்று சொல்கிறார்களே அது உண்மையா?'' என்று கேட்டனர்.

அதற்கு ராபியா, '' சின்னச் சின்னப் பறவைகள்கூடத்தான் காற்றில் பறக்கின்றன. மீன்களெல்லாம் நீரில் வாழ்கின்றன. நீருக்கு மேலும்

வந்து போகின்றன. அவையெல்லாம் ஞானிகளா என்ன?'' என்று திருப்பிக்கேட்டார்!

தண்ணீரின்மேல் நடந்து வந்த ஒருவன் பரமஹம்சரைப் பார்த்து, ''இந்த அற்புத வித்தையை நான் பத்தாண்டுகள் கஷ்டப்பட்டுக் கற்றுக்கொண்டேன்'' என்றான். அதற்கு பரமஹம்சர், ''பத்து காசு கொடுத்தால் (அன்றைய கணக்கில்) படகில் கொண்டுவந்து விட்டுவிடப்போகிறான். பத்து ஆண்டுகளை வீணாக்கி விட்டாயே!'' என்றாராம்!

ஞானிகள் அற்புதங்களை மதிக்கவில்லை என்று அர்த்தமல்ல. அற்புதங்களில் தங்கள் மனதை அவர்கள் பறிகொடுத்து விடவில்லை. எதைச் செய்யவேண்டும், எதை மதிக்கவேண்டும், எதைச் செய்யக்கூடாது, எதை மதிக்கக்கூடாது என்ற தெளிவான இதயம் அவர்களிடம் இருந்தது. அதுதான் எல்லா அற்புதங் களையும் செய்தது.

அந்த மனம் மட்டும் நமக்கு வாய்த்துவிட்டால் எல்லாப் பூட்டு களுக்குமான ஒற்றை மாற்றுச் சாவி கிடைத்துவிடும்.

அப்போ அதற்கு என்ன செய்யவேண்டும்? மாற்றுச்சாவிகளைப் பயன்படுத்தியவர்கள் யார்? அவர்கள் எப்படி அச்சாவிகளைப் பெற்றார்கள் என்று பார்க்கவேண்டும். வாருங்கள் பார்த்து விடலாம்.

2

தங்கச் சுரங்கத்தின் சாவி

உங்களிடம் தங்கச் சுரங்கத்தின் சாவியை வைத்துக் கொள்ளுங்கள் என்று கொடுத்துவைத்தேன். ஆனால் நீங்கள் சாவியைத் தூக்கிக்கொண்டு ஓடிவிட்டீர்கள். ஏன்? அதுவும் தங்கம் - ஹஸ்ரத் மாமா.

என் குருநாதரின் இந்த மேற்கோள் நம்மைப் பற்றி, உங்களைப் பற்றியும் எங்களைப்பற்றியும் ஒரு காவியமே பாடுகிறது. எந்தப் பொறுப்பையும், பெரு வெற்றியையும் பெற்றுக்கொள்கின்ற தகுதி நமக்கு இன்னும் வரவில்லை என்ற குறிப்பு அந்த விமர்சனத்தில் உள்ளது. எங்களை நாங்களே அளந்து பார்த்துக்கொள்ள அந்த விமர்சனம் உதவியது.

தங்கத்தால் செய்யப்பட்டது என்பதற்காகத் தங்கச் சுரங்கத்தின் சாவியைத் தூக்கிக்கொண்டு ஓடுவது எவ்வளவு பெரிய முட்டாள்தனம் என்பது எனக்குப் புரிந்து பல ஆண்டுகளாகிவிட்டன. நான் திரும்பி வந்துவிட்டேன் சாவியோடு. சுரங்கத்தையும் திறந்துவிட்டேன். ஆனால் நம்மில் பலர் இன்னும் சாவியைத் தொலைத்துவிட்டு அலைந்து கொண்டிருக்கிறோம். அவர்களுக்கு உதவுவதற்காகத்தான் நான் பேசிக்கொண்டிருக்கிறேன்.

ஒரு நாட்டில் ஒரு பெரிய கோடீஸ்வரர் இருந்தார். அல்லும் பகலும் அவரது சிந்தனை ஒரேயொரு விஷயத்தைப் பற்றியே இருந்தது. அது பணம், பணம், பணம். வேறு எதிலுமே அவரது சிந்தனை ஓடவில்லை. விளையாட்டு, சினிமா, ட்ராமா, படகுச் சவாரி - ம்ஹூம் எதுவும் கிடையாது. அவருக்கு சனி, ஞாயிறு என்றெல்லாம் கிழமைகளே கிடையாது. எல்லா நாளும் அவருக்கு ஒரே நாள்தான். பணம் பண்ணும் நாள். எல்லா நேரமும் பணம் பண்ணுவதற்காக உழைக்கும் நேரம். தூங்கும்போதும்கூடத் தூங்க வேண்டியுள்ளதே என்ற கவலையுடன்தான் தூங்குவார்! அவரது உழைப்புக்குப் பலனில்லாமலில்லை. ஒரு வாரத்துக்கு அவரது வருமானம் நான்கு லட்சம் டாலர்கள்!

ஒருநாள் அவரது நண்பரும் பிஸினஸ் பார்ட்னருமாக இருந்த ஒருவர் வந்து, ‘வாயேன், இன்னிக்கி கொஞ்சம் ஜாலியா ‘போட்டிங்’ போயிட்டு வரலாம்’ என்று அழைத்தார். அவ்வளவு தான் அந்தக் கோடீஸ்வரருக்குக் கோபம் பொத்துக்கொண்டு வந்தது. நண்பரை அடிக்கமட்டும்தான் செய்யவில்லை. சொல்லா லேயே பிய்த்து எடுத்துவிட்டார். ஏண்டா கேட்டோம் என்று வருத்தத்துடன் நண்பர் போய்விட்டார்.

ஒருமுறை கப்பல் ஒன்றில் 40,000 டாலருக்கு தானியங்களை ஏற்றி அனுப்பி வைத்திருந்தார். ஆனால் இன்ஷூர் செய்யவில்லை. அதற்காக ஏன் வீணாக 150 டாலர் செலவு செய்யவேண்டும் என்று நினைத்துவிட்டுவிட்டார். ஒரு கோடீஸ்வரருக்கு இருந்த வறுமை மனநிலை என்று அதனை வர்ணிக்கலாம்! அன்றிரவு ஒரு பெரும் சுழல்காற்று வீசியது. பயந்துபோன கோடீஸ்வரர் உடனே தன் நண்பரை அனுப்பி கப்பலுக்கு இன்ஷூரன்ஸ் கட்டிவிட்டார். மறுநாள் கப்பல் பாதுகாப்பாகப் போய்ச் சேர்ந்தது என்ற செய்தி தெரிந்ததும் ரொம்ப வருத்தமுற்றார்! ஏன்? கட்டிய இன்ஷூரன்ஸ் பணம் வீணாய்ப்போனதே என்ற கவலைதான்!

அவருக்கு எந்நேரமும் ஒரே பயம்தான். என்ன பயம்? தன் பணம் தன்னை விட்டுப் போய்விடுமோ என்று! அவருக்குப் பகைவர்களும் அதிகம். ஏனெனில் தொழிலில் பலரைக் கவிழ்த்து விட்டுத்தான் அவர் முன்னேறியிருந்தார். அதன் விளைவு என்னானது? அவருக்கு ஐம்பத்து மூன்று வயதானபோது ஏகப்பட்ட உடல் உபாதைகள் அவர்மீது ஏறிக்கொண்டன! பல உள்ளுறுப்புப் பிரச்னைகளும் கடுமையான தொல்லை கொடுத்தன. இனி உயிர் பிழைக்க முடியாது என்ற அளவுக்குச் சென்றது அவரது உடல்நிலை.

அப்போதுதான் அவரது மருத்துவர்களும் நண்பர்களும் அவருக்கு சில ஆலோசனைகளை வழங்கினார்கள். ஆலோசனை என்று சொல்வதைவிட உத்தரவுகள் என்றே சொல்லலாம். அவற்றில் இரண்டு மிக முக்கியமானது. ஒன்று, ஓய்வெடுத்துக்கொள்ள வேண்டும். இரண்டு, தான தர்மம் செய்யவேண்டும்.

அவர் இரண்டையுமே செய்தார். இரண்டாவதை ரொம்ப தாராளமாகவே செய்தார். லட்சக்கணக்கான டாலர்களை பள்ளிகளுக்கும் கல்லூரிகளுக்கும் வாரி வழங்கினார்.

இங்கே எனக்கு இன்னொரு கதை ஞாபகம் வருகிறது. ஒருவர் ஜீசஸிடம் வந்து நான் இன்னும் எத்தனை ஆண்டுகள் உயிரோடு இருப்பேன் என்று கேட்டாராம். அதற்கு ஜீசஸ், நீ இன்னும் மூன்று நாட்கள்தான் உயிரோடு இருப்பாய் என்று சொன்னார். அதைக்கேட்டு துயருற்ற அவர், இனி தன்னிடம் ஏகப்பட்ட சொத்து இருந்து என்ன பயன் என்று கருதி, நிறைய தானதர்மங்கள் செய்ய ஆரம்பித்தார். மூன்று நாட்களாகிவிட்டன. ஆனால் அவர் சாகவில்லை. கடும் கோபத்துடன் ஜீசஸிடம் வந்து, ஏன் நீங்கள் என் விஷயத்தில் பொய் சொன்னீர்கள் என்று கேட்டார்.

அதற்கு ஜீசஸ், 'இல்லை, நான் உண்மையைத்தான் சொன்னேன். மூன்று நாட்களுக்கு முன்பிருந்த கஞ்சன் செத்துவிட்டான். இப்போது இருப்பது தர்மப் பிரபு' என்று சொன்னாராம்!

அந்த கோடீஸ்வரரும் ஜீசஸ் சொன்னதைப்போல வள்ளலாகச் செயலாற்ற ஆரம்பித்தார். எல்லோரிடமும் அன்பாகப் பேச ஆரம்பித்தார். பணம் ஒரு பொருட்டல்ல என்று நினைக்கவும் அந்த நினைப்பை உறுதிப்படுத்தும் விதத்தில் செயல்படவும் ஆரம்பித்தார். ஒரு வழக்கில் அவர் தோற்று அவர் கம்பனிக்கு மிகுந்த நஷ்டம் ஏற்பட்டபோது அவரது வழக்கறிஞர் அந்த விஷயத்தை அவரிடம் தயங்கித் தயங்கிக் கூறினார். அதற்கு அவர், 'கவலை வேண்டாம். நான் நன்றாகத் தூங்கபோகிறேன். நீங்களும் தூங்குங்கள்' என்று சொல்லிவிட்டு நிம்மதியாகத் தூங்கினார்! இந்த மனமாற்றத்தால் அவருக்கு நன்மைகள் கிடைத்தனவா? ஆமாம். நிச்சயமாகக் கிடைத்தன. ஆச்சரியகரமான முறையில் அவரது நோய்களெல்லாம் தீர ஆரம்பித்தன.

ஒரு சிறுவன் ஒரு மலையின் மீது நின்று கொண்டு 'நான் உன்னை வெறுக்கிறேன்' என்று கத்தினான். மலையும் அவனது சொற்களை எதிரொலித்தது. தன் அம்மாவிடம் அதுபற்றி அவன் சொன்ன

போது அவள் அவனை அந்த மலைக்கு மீண்டும் அழைத்து வந்து, 'நான் உன்னை நேசிக்கிறேன்' என்று கத்து என்று சொன்னாள். அவனும் அப்படியே கத்தினான். மலையும் 'நான் உன்னை நேசிக்கிறேன்' என்று எதிரொலித்தது.

'மகனே, நீ எதைக் கொடுக்கிறாயோ, அதையே பெற்றுக் கொள்வாய்' என்று எடுத்துக்கூறினாள் அந்தத் தாய்.

இதைத்தான் இயேசுவும், கொடுப்பவரே பெற்றுக்கொள்வார் என்று கூறினார்.

சம காலத்தில் வாழ்ந்த ஒரு கோடீஸ்வரரும் அதன்படி வாழ்ந்து நிறைய வாரிவாரிக் கொடுத்து வள்ளலானார். இந்த உலகம் அவரை இன்றளவும் நினைவுவைத்துக்கொண்டுள்ளது. அப்படிப் பட்ட அந்தக் கோடீஸ்வரர் யார்? அவர் வேறு யாருமல்ல, ஸ்டாண்டர்டு ஆயில் கம்பனியைத் தொடங்கி உலகைக் கலக்கிய அந்தக் கோடீஸ்வரரின் பெயர் ராக்ஃபெல்லர். பணத்தால் சாதிக்க முடியாததை இளகிய மனத்தால் சாதிக்கலாம் என்று தெரிந்து கொண்டார். ஒரு சின்ன மன மாற்றம் எவ்வளவு பெரிய வாழ்வியல் மாற்றங்களை ஏற்படுத்த வல்லது என்பதைப் புரிந்துகொண்டார் அவர். அவர் இறந்தபோது அவருக்கு வயது 98!

> நான் போகிற வழியிலேயே கவலையை
> இறக்கிவைத்துவிட்டேன்
> கடவுள் எனக்கு மிகவும் நன்மை செய்பவராக இருந்தார்

என்று கவிதைகூட எழுதினார் ராக்ஃபெல்லர். அவர் கவலையை இறக்கி வைத்துவிட்டேன் என்று எழுதியதில்தான் நமக்கான செய்தி உள்ளது!

நம் உடலில் உள்ள கோடிக்கணக்கான உயிரணுக்கள் ஒன்றை ஒன்று காதலிக்கின்றன. அதுமட்டுமல்ல, இந்த உலகில் உள்ள மற்ற மனிதர்களின், மரங்களின், செடிகொடிகளின் அணுக்களையும் அவை காதலிக்கின்றன. ஒரு மனிதன் இன்னொரு மனிதனை வெறுக்கும்போது, அவனுக்குள்ளே இருக்கின்ற உயிரணுக்களும் தங்களைத் தாங்களே வெறுக்க ஆரம்பிக்கின்றன. அதன் விளைவாக கேன்ஸர்போன்ற நோய்கள் ஏற்படுகின்றன. விஞ்ஞானபூர்வமாக இது நிரூபிக்கப்பட்ட ஒன்று என்கிறார் ஹார்வர்ட் பல்கலைக்கழக இதயவியல் மருத்துவராகவும் ஆலோசகராகவும் இருக்கும் பத்மபூஷன் விருதுபெற்ற டாக்டர் பி.எம்.ஹெக்டே.

உங்கள் பணத்திலிருந்து தர்மம் செய்யுங்கள். அப்படி உங்களிடம் கொடுக்க முடியவில்லையெனில், சக மனிதனைப் பார்த்துப் புன்னகை புரியுங்கள். அதுவும் தர்மம்தான் என்றார்கள் நபிகள் நாயகம். அடடா, எவ்வளவு அற்புதமான வார்த்தைகள்!

உடல் என்பது கண்ணுக்குத் தெரிகின்ற மனம். மனம் என்பது கண்ணுக்குத் தெரியாத உடல். மனதை மாற்றிக்கொண்டால், உடலும் மாறும். வாழ்க்கை மாறும். உலகத்தையே மாற்றலாம். யோகி ஹரிதாஸ் என்பவர் தன் நாவால் நெற்றியில் இருக்கும் திலகத்தைத் தொடுவாராம். ரிப்ளியின் நம்பினால் நம்புங்கள் கூறுகிறது. அந்த மாதிரி சாதனை எதையும் நாம் செய்ய வேண்டியதில்லை. ஆனால் நம் மனதால் இன்னொரு மனதைத் தொடலாம் அல்லவா. அது சாத்தியம்தானே?

ஆனால் அப்படிச் செய்வதற்கு நம்மிடம் தூய்மையான அன்பிருக்க வேண்டும். ஜாதி, மதம், நிறம், இனம் இவற்றைத்தாண்டிய மனம் வேண்டும். அதுதான் உண்மையான தியான மனம். அப்படிப்பட்ட மனம் உருவாக நாம் கடுமையாக உழைக்க வேண்டியுள்ளது.

அப்படியா? அது என்ன உழைப்பு என்று கேட்கலாம். அது நிச்சயம் உடலுழைப்பல்ல. மனதைப் பக்குவப்படுத்தும் உழைப்பு. இதயத்தைத் தூய்மைப்படுத்தும் உழைப்பு. சூஃபிகள் இதை 'தஸ்கியதுந் நஃப்ஸ்' (சுயத்தைச் சுத்தப்படுத்துதல்) என்று குறிப்பிட்டார்கள். அதற்கான பயிற்சிகளில் அவர்கள் ஈடுபட்டார்கள். அந்தப் பாதையை 'தரீக்கா' என்றழைத்தார்கள்.

பரமஹம்சருக்கு ஒரு பஞ்சவடி. விவேகானந்தருக்கு ஒரு பாறை. ரமணருக்கு பூமிக்குக் கீழே இருந்த ஒரு தனியிடம். புத்தருக்கு ஒரு போதி மரம். நபிகள் நாயகத்துக்கு ஒரு ஹீரா குகை. இப்படி சித்தர்களும், சூஃபிகளும், ஞானிகளும், பெரியவர்களும் ஏன் தனிமையைத் தேர்ந்தெடுத்தார்கள்? மனதைப் பக்குவப் படுத்தத்தான். அதற்குத்தான் தியானம் என்று பெயர்.

அப்படியானால் நாமும் புத்தரைப்போல, சித்தரைப்போல காடுகளுக்குச் செல்லவேண்டுமா? வனப்பிரஸ்தம் தேவையா?

அப்படியல்ல. நாம் இருக்கும் இடத்திலேயே ஒரு காட்டை உருவாக்கலாம். ரமணர் முதன்முதலில் மரண அனுபவத்தை மொட்டை மாடியிலிருந்த ஒரு அறையில்தான் பெற்றார். நமக்கான போதிமரம் நம் வீடேயாகும். அது நம் அறையாகவோ, தோட்டமாகவோ, மொட்டை மாடியாகவோகூட இருக்கலாம்.

அங்கே அரை மணி நேரமோ, ஒரு மணி நேரமோ தனியாக முறைப்படி அமர்ந்து சில மனப்பயிற்சிகளைச் செய்தால் போதும். அதில் நாம் ஸ்திரப்பட்ட பிறகு முன்னர் சொன்னதுபோல எந்தக் காரியத்தையும் தியான நிலைக்கு எடுத்துச் செல்லும் பக்குவம் பெறலாம். அப்படிப்பட்ட நிலையில் நாம் தொட்டதெல்லாம் துலங்க ஆரம்பிக்கும். தொட்டதெல்லாம் தோற்கும் 'ராசி'கொண்ட மனிதர்கள் வாழும் காலத்தில், தொட்டதெல்லாம் துலங்கும் நிலையை நாம் பெறமுடியுமென்றால் அந்தக் கொஞ்சநேரத் தியாக(ன)த்தை செய்ய நாம் ஏன் தயாராக இருக்கக்கூடாது?

ஒரு பிரச்னை வரும்போது அதை எப்படி எடுத்துக்கொள்ள வேண்டும்?

மனதைப் பண்படுத்தும் பக்குவப்படுத்தும் விஷயத்தில் நாம் கேட்கவேண்டிய முதல் கேள்வி இதுதான்.

ஒரு சின்ன ஊரில் வியாபாரம் செய்துகொண்டிருந்த ஒருவர் வெளியூருக்குப் போயிருந்தபோது அவரது கடை தீயில் எரிந்து சாம்பலாகிவிட்டது. அதைக்கண்டு அவர் வாழ்க்கையையே வெறுத்துவிட்டார். இனி நம்மால் எதுவும் செய்ய முடியாது என்று எண்ணிக்கொண்டிருந்தபோது அவரது ஏழு வயது மகளிடமிருந்து ஒரு கடிதம் வந்தது. அதில் அவள் இப்படி எழுதியிருந்தாள்:

'அன்புள்ள அப்பா, தீயில் எரிந்துபோன நம் கடையைப் பார்க்க இன்று நான் போயிருந்தேன். அது பனியால் முற்றிலுமாக மூடப்பட்டிருந்தது. அந்தக் காட்சி எவ்வளவு அழகாக இருந்தது தெரியுமா? அன்பு முத்தங்களுடன்' என்று அக்கடிதம் முடிந்திருந்தது!

அந்தக் கடிதத்தைப் படித்ததும் தந்தையின் மனம் குதூகலித்தது. அடடா, நம் மகளுக்கு இருந்த மனநிலை நமக்கு இல்லாமல் போய்விட்டதே என்றெண்ணி தன் மனதை மாற்றிக்கொண்டார். விரைவிலேயே மீண்டும் கடை தொடங்கி அமோகமாக வியாபாரம் செய்ய ஆரம்பித்துவிட்டார். மனம் மாறினால் எல்லாம் மாறும்.

ஒரு விஷயத்தை நாம் எப்படி அணுகுகிறோம் என்பதை யொட்டியே அதில் நமக்கு வெற்றி கிடைக்கும். On Running after One's Hat என்று செஸ்டர்டன் என்ற ஆங்கில எழுத்தாளர் ஒரு கட்டுரை எழுதினார். வேகமாக அடிக்கும் காற்றில் தலையில் இருந்த தொப்பி பறக்கிறது. அதைத் துரத்திச் சென்று பிடித்து

எடுத்துவருவது ஒரு வேதனையான விஷயம். ஆனால் அதை ஒரு இன்பமான அனுபவமாக வர்ணிக்கிறார் செஸ்டர்டன்!

The Discovery of India என்ற முக்கியமான நூலை நேரு சிறையிலிருந்தபோதுதான் எழுதினார்! அப்படியென்றால், சிறையை அவர் சிறையாகப் பார்க்கவில்லை என்றுதானே அர்த்தம்? அந்த மனம் நமக்கு வேண்டும்.

நிகோலோ பகாநினி என்பவர் 19ம் நூற்றாண்டில் வாழ்ந்த இத்தாலிய வயலின் மேதை. ஒருநாள் ஒரு முக்கிய கச்சேரியில் அவர் வயலின் வாசித்துக்கொண்டிருந்தபோது திடீரென்று ஒரு கம்பி அறுந்து விழுந்து அபஸ்வரமேற்பட்டது. சற்று முறைத்து விட்டு அவர் மீதியிருந்த கம்பிகளிலேயே மிக அழகாக வாசிக்க ஆரம்பித்தார். சற்று நேரத்துக்கெல்லாம் இரண்டாவது கம்பியும் அறுந்தது! அப்போதும் அவர் தொடர்ந்து வாசித்தார். பின்னர் சொல்லிவைத்ததுபோல மூன்றாவது கம்பியும் அறுந்து தொங்கியது. ஆனாலும் அவர் மனம் தளரவில்லை. அவர் வாசிக்க வந்த இசையை ஒரே கம்பியில் அழகாக வாசித்து முடித்து விட்டுத்தான் அவர் இறங்கினார்! இப்படிச் செய்ய ஒருவர் இசை மேதையாக இருக்கவேண்டும் என்பது அவசியமல்ல. ஆனால் உறுதியான மனம் கொண்டவராக, பிரச்னையை எதிர்கொள்வதில், சவால்களை ஏற்றுக்கொள்வதில் நாட்டமுடையவராக இருக்கவேண்டும்.

'பருவமே புதிய பாடல் பாடு' என்ற அருமையான பாடலில் இரண்டு பேர் ஓடிவரும் காலடிகளின் ஓசை வந்துகொண்டே இருக்கும். அதற்காக இளையராஜா பயன்படுத்திய இசைக்கருவி என்ன தெரியுமா? தொடைகள்! ஆமாம், தொடைகளைத் தட்டித்தட்டி அந்த ஓசையை உருவாக்கினார்!

காலுக்கு செருப்பில்லையே என்று கவலைப்பட்டேன், காலே இல்லாதவனைப் பார்க்கும்வரை என்று கூறினார் ஞானி அலீ இப்னு அபீதாலிப். இருப்பதை மறந்துவிட்டு பறப்பதைப் பற்றியே நினைத்துக்கொண்டிருக்கும் நன்றிகெட்ட மனிதர்களுக்கு அலீ அவர்களின் மேற்கோள் பாடம் புகட்டவல்லது. நம்மிடம் இருப்பதைப் பற்றி நாம் எப்போதுமே எண்ணுவதில்லை. இல்லாததைப் பற்றியே கவலைப்பட்டுக் கொண்டிருக்கிறோம்.

எப்படி ஞானம் பெறுவது என்று சத்குரு ஜக்கி வாசுதேவிடம் ஒருவர் கேள்வி கேட்கிறார். அதற்கு வாசுதேவ் ஓர் அருமையான

பதிலைத் தருகிறார்: 'ரொம்ப சிம்பிள். காலையில் விழித்தவுடன் உன்னை சோதித்துப் பார்த்துக்கொள். ஆஹா, இப்போது மணி ஆறு. உயிருடன் இருக்கிறோமே, இறைவா, உனக்கு நன்றி என்று சொல். ஏழு மணி ஆனவுடன், ஆஹா, ஒரு மணிநேரமாகி விட்டது, இன்னும் உயிரோடுதான் இருக்கிறோம், இறைவா, நன்றி என்று சொல். இப்படி ஒவ்வொரு மணி நேரத்துக்கும் நன்றி சொல்லிக்கொண்டே இரு. கொஞ்ச நாளிலேயே ஞானம் பெற்றுவிடுவாய்' என்று சிரித்துக்கொண்டே கூறுகிறார்.

அவர் சிரித்துக்கொண்டே சொன்னாலும் மனிதனிடம் உள்ள நன்றிகெட்டத்தனம் அந்த பதிலில் அழகாக வெளிப்படுகிறது. இருப்பவற்றுக்கும், இதுவரை கொடுக்கப்பட்டவற்றுக்கும் முதலில் நன்றி சொல். அது உன் மனதை இளக்கும், பண்படுத்தும் என்பதுதான் அந்த நகைச்சுவையான பதிலின் அழகான உட்குறிப்பு.

நான் ஆல்ஃபா தியான வகுப்பு நடத்தும்போது அதில் ஒரு கட்டத்தில் நம் வாழ்க்கையில் நடந்த ஏதாவதொரு சந்தோஷமான விஷயத்தை நினைத்துக்கொள்ளவேண்டும் என்று கூறுவேன். ஆல்ஃபா வகுப்புக்கு வந்திருந்த ஒருவர் நான் சொன்ன கற்பனை தொடர்பாக ஒரு பிரச்னையைச் சொன்னார். தன் வாழ்க்கையில் சந்தோஷமான நிகழ்ச்சி எதுவுமே நடக்கவில்லை என்றும், அதனால் தியானத்தின் அந்தக்கட்டத்தில் அவர் வடிவேலு, விவேக் போன்றோரின் காமடிக் காட்சிகளை நினைவு கூறுவதாகக் கூறினார்!

நன்றிகெட்டத்தனத்துக்கு உதாரணமாக அதைச் சொல்லலாம். சந்தோஷமென்றால் என்னவென்றே அவருக்குத் தெரியவில்லை என்றும் சொல்லலாம். ஒரு நல்ல தேநீர் அருந்தி இருக்க மாட்டோமா? ஒரு குழந்தையைக் கொஞ்சி இருக்கமாட்டோமா? ஒரு நல்ல புத்தாடை அணிந்திருக்கமாட்டோமா? வானத்தை, கடலை, நிலவை, சூரியனை, சாலையை, மரங்களை - இப்படி எதையாவது பார்த்திருக்க மாட்டோமா? நம் வாழ்வில் நம்மை சந்தோஷப்படுத்திய கணங்கள் கோடிக்கணக்கில் இருக்கின்றன. அவருக்கும் இப்படிப்பட்ட கணங்கள் நிச்சயம் இருந்திருக்கும். ஆனால் மகிழ்ச்சி என்பதற்கு அவர் வேறு ஏதோ அர்த்தத்தை வைத்திருந்திருக்கிறார். அதனால்தான் தியானத்தின் அந்தக் கட்டத்தில் அவருக்கு அப்படித் தோன்றியிருக்கிறது. வினோதம் தான்!

ஒரு பாரசீகப் பேரரசனுக்கு திடீரென்று ஒரு பெரும் நோய் பீடித்தது. அது என்ன நோய்? நம் எல்லோருக்கும் தெரிந்த, நம் எல்லோரையும் பீடிக்கும் நோய்தான். அந்த நோயின் பெயர் கவலை! ஆமாம். ராக்ஃபெல்லரை பணம் சூழ்ந்துகொண்ட மாதிரி பேரரசனைக் கவலை சூழ்ந்துகொண்டது. கடைசியில் ஒரு ஞானியிடம் விஷயம் சொல்லப்பட்டது. இன்ன ஊரில், இன்ன இடத்தில் ஒரு சந்தோஷமான மனிதன் வாழ்கிறான், அவனது சட்டையை வாங்கிக்கொண்டுவந்து பேரரசருக்கு அணிவித்தால் அவர் குணமடைவார் என்று அந்த ஞானி சொன்னார்.

உடனே அந்த சந்தோஷமான மனிதனின் சட்டையை வாங்கிவர படையொன்று புறப்பட்டது. அந்த மனிதனையும் பார்த்து விட்டார்கள். அவன் சந்தோஷமாக பாடிக்கொண்டும், தன்னை மறந்து ஆடிக்கொண்டும் இருந்தான். அவனை நிறுத்தி பேரரசரின் பிரச்னையும் அதற்கான தீர்வையும் சொன்னார்கள்.

'அப்படியா, அஹ்ஹஹ்ஹா, என்னிடம் சட்டை எதுவும் கிடையாதே' என்று சொல்லி சிரித்துக்கொண்டே அவன் மீண்டும் நடனமாடத்தொடங்கினான். உண்மைதான். அவனைப் பார்த்தபோது அவன் இடுப்புக்குக் கீழ் ஒரு துண்டு மட்டும்தான் கட்டியிருந்தான். விஷயம் பேரரசரிடம் சொல்லப்பட்டது.

அவர் யோசித்தார். 'ஆஹா, சட்டைகூட இல்லாமல் உள்ள ஒரு மனிதன் இவ்வளவு சந்தோஷமாக இருக்கும்போது, சக்கரவர்த்தியாக இருக்கும் நான் மகிழ்ச்சியில்லாமல் தேவையில்லாத கவலையுடன் இருப்பது முட்டாள்தனமல்லவா' என்று அவருக்கு அப்போதுதான் உரைத்தது. அன்றிலிருந்து அவரும் சந்தோஷமானார் என்கிறது அந்தக் கதை.

ஒருமுறை ஒரு கவிஞருக்கு முகத்தில் ஏதோ நோய் ஏற்பட்டது. அவரால் வெளிச்சத்தைப் பார்க்க முடியவில்லை. கடைசியில் அவர் உலகப்புகழ்பெற்ற உளவியலாளர் சிக்மண்ட் ஃப்ராய்டைச் சந்தித்தார். கொஞ்ச நேரம் அவரோடு பேசிக்கொண்டிருந்த ஃப்ராய்டு, அவரது பிரச்னை என்னவென்று புரிந்துகொண்டார். ஒரு கவரில் அவருக்கான மருந்தை எழுதிக்கொடுத்து, அவசியம் அதைப் பயன்படுத்தவேண்டுமென்று அன்புக் கட்டளையிட்டார்.

வீட்டுக்கு வந்து கவரைப் பிரித்த கவிஞருக்கு ஆச்சரியம். அந்தக் கவருக்குள் இருநூறு பவுன்டுகள் பணம் இருந்தன! பணப்பிரச்னைதான் அவரது மனப் பிரச்னை. மனப்பிரச்னைதான் அவரது

முகத்தில் பிரதிபலித்தது என்பதை அவரோடு பேசித் தெரிந்து கொண்ட ஃப்ராய்டு அவருக்குத் தேவையான பணத்தைக் கொடுத்து அனுப்பியிருக்கிறார். ஆஹா, அவர் உண்மையான டாக்டர். கவலையைப் போக்குபவன்தான் உண்மையான டாக்டர். ஆனால் நம் டாக்டர்கள் எப்படி இருக்கிறார்கள்?

டாக்டர் சொன்னார்: 'ஆபரேஷன் முடிந்துவிட்டது. நீங்கள் நடந்தே உங்கள் வீட்டுக்குப் போகலாம்'.

நோயாளி: 'ஏன் டாக்டர், ஆட்டோவுக்குக்கூட காசிருக்காதா?'

இது வாட்ஸப்பில் எனக்கு வந்த நகைச்சுவைகளில் ஒன்று. நம்முடைய டாக்டர்கள் இப்படித்தான் இருக்கிறார்கள். பணத்தையும் பிடுங்கிக்கொண்டு கவலையையும் அச்சத்தையும் கொடுப்பவர் எப்படி சரியான மனிதனாக, நல்ல டாக்டராக இருக்க முடியும்?

ரொம்ப கவலையாக இருந்தால் அக்கவலைகளையெல்லாம் ஒரு தாளில் எழுதிப்பார் என்றார் வின்ஸ்டன் சர்ச்சில். அருமையான யோசனை. நான் அப்படி எழுதிப்பார்த்திருக்கிறேன். அப்படிச் செய்தபோதுதான் நம் கவலைகள் எவ்வளவு முட்டாள்தன மானவை என்றும், வெறுமனே கவலைப்படுவதால் அவை மறையப்போவதில்லை என்பதும் புரியும்.

ஆங்கில எழுத்தாளர் தாமஸ் கார்லைல் பல நூறு நூல்களைப் படித்துவிட்டு ஃப்ரெஞ்சுப் புரட்சி பற்றி மூன்று பாகங்கள் கொண்ட ஒரு பெருநூலை எழுதினார். ஏராளமான பக்கங்கள் கொண்ட முதல் பாகத்தின் கையெழுத்துப்படியைத் தன் நண்பரும் தத்துவவாதியுமான ஜான் ஸ்டூவர்டு மில்லிடம் கொடுத்திருந்தார். மில் ஒருநாள் வெளியே போயிருந்தபோது அது ஏதோ குப்பை என்றெண்ணி மில் வீட்டு வேலைக்காரி அதை எரித்துவிட்டாள். அதுபற்றி கார்லைலுக்கு மிகுந்த வருத்தமேற்பட்டாலும் கவலை கொண்டு உட்கார்ந்துவிடாமல், இரண்டாம் மூன்றாம் பாகங்களை முடிப்பதற்குமுன் மீண்டும் முதல் பாகத்தை தொடக்கத்திலிருந்து புதிதாகவும் புதுப்பொலிவுடனும் எழுதி முடித்தார்! கவலை கொண்ட மனதால் எதையும் சாதிக்க முடியாது. சாதிக்கின்ற மனம் எப்போதுமே கவலை கொள்ளாது.

ஃப்ரான்ஸின் பகுதியாக இருந்த நார்மண்டியின் மன்னர் வில்லியம் இங்கிலாந்தின்மீது படையெடுத்து வந்தார். இறங்கும்போது

கப்பலிலிருந்து கால்தவறிக் கீழே விழுந்துவிட்டார். வீரர்களெல்லாம் செய்வதறியாது திகைத்து நின்றனர். மண்ணில் விழுந்த வில்லியம் ஒரு பிடி மண்ணைக் கையில் எடுத்துக்கொண்டு எழுந்து, ''நான் இறங்கும்போதே இங்கிலாந்தின் மண்ணைக் கைப்பற்றிவிட்டேன்'' என்றுகூறி வீரர்களை உற்சாகப் படுத்தினார்! மண்ணைக் கவ்வினாலும் மீசையில் மண் ஒட்டவில்லை என்று இந்த நிகழ்ச்சியை விளையாட்டாக விட்டு விட முடியாது! சூழ்நிலை எப்படிப்பட்டதாக இருந்தாலும் ஒரு வெற்றிவீரனின் மனம் எப்படிப் பேசுகிறது என்பதுதான் முக்கியம்.

ஒருமுறை வின்ஸ்டன் சர்ச்சில் பார்லிமெண்ட்டில் இருந்தபோது உறுப்பினராக இருந்த ஒரு பெண் கோபமாக, 'மிஸ்டர் சர்ச்சில், நீங்கள் மட்டும் என் கணவனாக இருந்திருந்தால் நீங்கள் குடிக்கும் காபியில் விஷத்தைக் கலந்திருப்பேன்' என்று கூறினார்.

அதற்கு சர்ச்சில் கோபமே படாமல், 'மேடம், நீங்கள்மட்டும் என் மனைவியாக இருந்திருந்தால், நான் அந்த காப்பியை நிச்சயம் குடித்திருப்பேன்' என்றார்!

ஒரு விஷயத்தைக் கோபப்படாமல் அணுகுவதால் வெற்றி நிச்சயம் கிடைக்கும். உணர்ச்சிவசப்பட்டோமானால் வெற்றி கெட்டுவிடும். பெண்ணாக இருந்தாலும் சரி, பிரச்னையாக இருந்தாலும் சரி, சர்ச்சில் மாதிரிதான் அணுகவேண்டும். (இரண்டும் ஒன்றுதானே என்று நீங்கள் சொல்வது என் காதில் விழுகிறது)!

சமீபத்தில் சாலையின் பெரும்பகுதியை அடைத்து ஒரு அரசியல் கட்சி பேனர், வளைவு என்று போட்டிருந்தார்கள். சாலையின் அகலம் குறுகி போக்குவரத்துக்காக கொஞ்சூண்டுதான் பாக்கியிருந்தது. அதை ஒளிப்படமெடுத்து ஒரு விமர்சனத்துடன் ஒருவர் முகநூலில் வெளியிட்டிருந்தார். 'டேய், எவண்டா அவன், போஸ்டர் ஒட்டுற இடத்துல ரோடு போட்டவன்' என்று! சர்ச்சிலின் வாழ்க்கையை அவரும் படித்திருப்பார்போல!

தியானங்கள் செய்தும் மனதைப் பண்படுத்தலாம். பெரியவர்கள் எப்படி பிரச்னையை அணுகினார்கள் என்று கவனித்தும் மனதைப் பண்படுத்தலாம். உணர்ச்சிவசப்படாத, எதிர்மறை உணர்ச்சிகளின் பிடியில் சிக்காத மனம்தான் வெற்றி மனம். அதுதான் தியான மனம். அதுதான் தங்கச் சுரங்கத்தின் சாவி.

3

காலமும் காத்திருப்பும்

‘சப்ர்’ (பொறுமை) என்ற சொல்லுக்கு துன்பத்தைப்
பொறுத்துக்கொள்ளுதல் என்றுதான் பொதுவாக
அர்த்தம் கொடுக்கப்படுகிறது. ஆனால் அறிவு,
செல்வம், செல்வாக்கு, சந்தோஷம் இவற்றை
வெளிப்படுத்தாமல் இருப்பதும் ‘சப்ர்’தான்
- ஹஸ்ரத் மாமா.

அன்று அவருடன் நான் பைக்கில் சென்று கொண்டிருந்தேன். அவர் பைக்-கை கொஞ்சம் வேகமாகத்தான் ஓட்டினார். எனக்கு அப்படி ஓட்டுவது உடன்பாடானதல்ல. பின்னால் உட்கார்ந்து செல்வதும் எனக்குப் பிடிக்காது. ஆனால் அன்று இருந்த சூழ்நிலையில் அவரோடு செல்லவேண்டியிருந்தது. நான்கு சாலைகள் சேரும் ஒரு இடத்தில் சிக்னல் விழுந்தது. சிவப்பு ஒளிர்ந்தது. ‘ரிலாக்ஸ்’ என்ற சிவப்பு எழுத்துக்கள் ஒளிர்ந்தன. அப்படி ஒரு ஐடியா யாருக்கு வந்தது என்று தெரியவில்லை. அற்புதமான ஐடியா. மிகச்சரியானதும்கூட.

பொதுவாக சாலைவிதிகளைப் பற்றிய சொற்கள் சொதப்பலாக இருப்பதுதான் வழக்கம். நினைத்தது ஒன்று, நடந்தது ஒன்று என்பதுபோலத்தான் பல அறிவிப்புகள் இருக்கும். உதாரணமாக, Wear Helmet

Always என்று எழுதியிருக்கும். இதற்கு என்ன அர்த்தம்? ஒரு மனிதன் எதற்காக எப்போதுமே ஹெல்மெட் அணிந்து கொண்டிருக்கவேண்டும்?! இரண்டு சக்கர வாகனம் ஓட்டும் போதுதானே அணியவேண்டும்? வாசகம் முழுமையடை யாமலும் அனர்த்தம் கொடுப்பதாகவும் உள்ளது. இந்த மாதிரி 'காமடி'களைத்தான் நம் 'சிந்தனை' பெரும்பாலும் வெளிப் படுத்துகிறது.

ஆனால் சிக்னல் விழுந்து வாகனங்கள் பச்சை ஒளிக்காகக் காத்திருக்கும்போது 'ரிலாக்ஸ்' என்று ஒளிரும் அந்த வார்த்தை மிகவும் பொருத்தமானது. அதை அந்த நேரத்தில் ஒளிரச் செய்ய வேண்டும் என்று முடிவு செய்தவர் ஒரு ஞானியாகத்தான் இருந்திருக்கவேண்டும். ஏனெனில் நிச்சயமாக மனிதர்கள் ரிலாக்ஸ் செய்யவேண்டிய நேரங்களில் ஒன்றுதான் அது. எமர்ஜென்ஸியில் விரையும் ஆம்புலன்ஸ்களுக்கு அது பொருந்தாது. அது வேறு விஷயம். ஆனால் பத்தில் ஒன்பது பேருக்கு அது மிகவும் பொருத்தமான தகவல்.

ஆனால் நண்பர் அதைப் பார்த்ததும் இன்னும் டென்ஷனானார். அவர் கைகள் ஆக்ஸிலரேட்டரைத் திருக்கிக்கொண்டே இருந்தன. அது எழுப்பிய ஒலி எனக்கு மிகவும் எரிச்சலைக் கொடுத்தது. சிக்னலில் எண்கள் குறைந்துகொண்டே வந்தன. நான்கு காட்டிய போதே மக்கள் சீறிப்பாய்ந்து செல்லத் தயாராகிக் கொண்டிருந்தார்கள்.

மனிதர்கள் ஏன் பொறுமையை இழக்கிறார்கள் என்று எனக்குப் புரியவில்லை. அவ்வளவு அவசரமாகச் சென்று எதை சாதிக்கப் போகிறார்கள்? அவசரமாகச் செய்யப்படும் காரியம் உருப்பட்ட தாக வரலாறு கிடையாது. ஆனால் மனிதர்கள் அவசரப்படு கிறார்கள். பொறுமையைக் கடைப்பிடிக்க அவர்கள் விரும்புவதில்லை.

திருக்குரானில் உள்ள 'இன்னல்லாஹ ம'அஸ்ஸாபிரீன்' என்ற திருவசனம் எனக்கு நினைவுக்கு வருகிறது. 'நிச்சயமாக இறைவன் பொறுமையாளர்களோடு இருக்கிறான்' என்று அதற்கு அர்த்தம். அந்த வசனம் எனக்கு மிகவும் பிடிக்கும்.

மற்ற வசனங்கள் பிடிக்காது என்று அர்த்தமல்ல. திருக்குரானில் எத்தனையோ வசனங்கள் உள்ளன. மனிதர்களை இப்படி இருங்கள், அப்படி இருங்கள் என்று கூறும் வசனங்கள் பல.

தொழுங்கள், நோன்பு பிடியுங்கள், தர்மம் செய்யுங்கள், ஹஜ் கடமையை நிறைவேற்றுங்கள் என்றெல்லாம் வசனங்கள் உள்ளன. அதையெல்லாம் நிறைவேற்றும்போது உங்களோடு நிச்சயமாக நானிருப்பேன் என்று அவ்வசனங்கள் முடியவில்லை. ஆனால் பொறுமையாக இருங்கள், அப்போது நிச்சயமாக நான் பொறுமையாளர்களோடு இருப்பேன் என்று இறைவன் உறுதி கூறுகின்ற வசனம் அது. பொறுமை தெய்விகமானது என்று அதைப் புரிந்துகொள்ளலாம். தெய்வம் நின்று கொல்லும் என்ற முதுமொழியையும் இங்கே இணைத்துப் பார்க்கலாம்.

ஒரு பஞ்ச தந்திரக்கதை ஞாபகம் வருகிறது. நம்முடைய கதை களெல்லாம் வெறும் கதைகளல்ல. சமோசாவுக்குள் சுவையூட்டும் சமாச்சாரம் இருப்பதைப்போல, கதைகளுக்குள் அர்த்தம், தத்துவம், மதிப்பீடுகள் எல்லாம் பொதிந்து கிடக்கும். அப்படிப் பட்ட கதைகள்தான் பஞ்ச தந்திரக் கதைகள்.

அக்கதையில் ஒரு குரங்கு தோட்டம் போட ஆசைப்படும். இந்தக் கால மனிதர்கள் காடுகளை அழிக்கும் காரியத்தைச் செய்து கொண்டிருக்கிறார்கள். ஆனால் பஞ்சதந்திரக் கதைக் குரங்கு தோட்டம் போட முயற்சி செய்தது!

தான் போட்ட தோட்டம் செடிகள், மரங்கள், கிளைகள், பழங்கள் என்று பல்கிப்பெருகும் என்று அந்தக் குரங்கு நினைத்தது பாவம். ஆனால் போட்ட விதைகளில் எதுவுமே முளைக்கவில்லை. எனவே ஒரு நாள் தன் சீனியரிடம் சென்று பிரச்னையைச் சொன்னது.

'விதை போட்டா, தண்ணி ஊத்தணும். நீ தண்ணி ஊத்தியிருக்க மாட்டே' என்று சந்தேகத்தைக் கிளப்பியது பெரிசு.

'இல்லையே, நா தண்ணி ஊத்தினேன். அதுவும் பத்து வாளி தண்ணி' என்று பெருமையாகச் சொன்னது குரங்கு.

'பத்து வாளியா, அட பைத்தியமே, அவ்வளவு தண்ணி ஊத்தினா விதை எப்படி முளைக்கும்? விதையெல்லாம் அழுகியல்லவா போயிருக்கும் மடக்குரங்கே' என்று செல்லமாகக் கண்டித்தது பெரிசு.

'வவ்வவ்வே, நீ சொல்ற எதுவும் நடக்கல. எந்த வெதையும் அழுகல. நாந்தான் தெனமும் ஒவ்வொரு வெதயா வெளியில எடுத்து மொளச்சிருக்கா இல்லியான்னு பாத்துகிட்டு இருந்தேனே' என்றது அந்த அறிவாளிக் குரங்கு!

பஞ்சதந்திரக் கதைகளில் வரும் அந்தக் குரங்கு நாம்தான்! இப்படி சொல்வதற்கு மன்னிக்கவும். உரிய காலம் வரும்வரை பொறுத்திருக்கவேண்டும். அந்தப் பொறுமையில்லாமல் அவசரப்பட்டால் எந்தக் காரியமும் உருப்படாது. பதறிய காரியம் சிதறும் என்றும் தமிழ் நமக்கு அறிவுறுத்துகிறது. நீங்கள் ஹெல்மெட் போட்டுக் கொண்டு பைக்கில் சென்று கொண்டிருக்கும்போது நடுமண்டையில் அரித்தால், நீங்கள் யாராக இருந்தாலும் உடனே சொரிய முடியாது! பைக்கை ஓரிடத்தில் நிறுத்தி, ஹெல்மெட்டைக் கழற்றி, பின்னர்தான் அரிக்கும் இடத்தில் கை வைக்கமுடியும்! அதற்குள் அரிப்பு நின்றுகூட போயிருக்கலாம்!

ஐந்து வயதிருக்கும் குழந்தையைப் பார்த்து, நான் பிரதமர் சொல்கிறேன், உனக்கு இப்போதே ஆறு வயதாகவேண்டும் என்று உத்தரவு போடமுடியாது! எதற்கும் உரிய காலம் வரவேண்டும். அதுவரை காத்திருக்கவேண்டும். விழிப்புணர்வோடு. காலிங் பெல்லை அடித்துவிட்டால் நிச்சயம் யாராவது வந்து திறப்பார்கள். அதுவரை காத்திருக்கவேண்டும்.

வாழ்க்கையில் இதை முடிக்கவேண்டும், அதை முடிக்கவேண்டும் என்று ஆசைப்படுபவர்கள் நிச்சயம் அதற்குரிய காரியங்களைச் செய்துவிட்டுக் காத்திருக்கவேண்டும். காத்திருப்பு அறிவார்ந்த செயல்பாடு மட்டுமல்ல, ஏற்கனவே சொன்னதுபோல அது தெய்விகமானது. கடவுளுக்கே சந்தோஷத்தைக் கொடுக்கக்கூடிய ஒரு செயலாகும். விழிப்புணர்வோடு கூடிய காத்திருப்பானது நீங்கள் விரும்பியதை உங்களுக்குக் கொண்டுவந்து கொடுக்கும் பொக்கிஷமாகும். முட்டையின் மீது ஏறிக் கோழி அடைகாப்பது போன்ற காரியம் அது. உரிய நேரத்தில் குஞ்சுகள் வெளிவரும். அதுவரை பொறுமைக் கதகதப்பைக் கொடுத்துக்கொண்டே இருக்கவேண்டும்.

இந்த உலகில் நிகழ்த்தப்பட்ட சாதனைகள் அத்தனைக்கும் பின்னால் பொறுமையும் காத்திருப்பும் உள்ளது. இறைவன் ஒருவன்தான், அவனுக்கு உருவமோ தேவைகளோ கிடையாது. அவனைத்தான் நாம் வணங்கவேண்டும் என்று மக்களை இஸ்லாத்துக்கு நபிகள் நாயகம் அழைத்தபோது அதை ஏற்றுக் கொண்டவர்கள் மூன்றே பேர்: அவரது மனைவி கதீஜா, மருமகர் அலீ, நண்பர் அபூபக்கர்.

தாயிஃப் என்ற ஊரில் நபிகள் நாயகத்தை நையாண்டி செய்தார்கள்; நையப்புடைத்தார்கள். ஒரு யூதப்பெண் அவருக்குச் சாப்பாட்டில்

விஷம் வைத்தாள். ஒரு யூதன் ஒரு பாறையை அவர் தலையில் போட்டு அவரைக் கொல்ல முயன்றான். அவர் தொழுது கொண்டிருந்தபோது அழுகிய ஒட்டகத்தின் குடலை அவரது கழுத்தில் போட்டு இறுக்கினார்கள்.

எல்லாவற்றையும் பொறுத்துக்கொண்டார். காத்திருந்தார். இன்று கோடிக்கணக்கான முஸ்லிம்கள் உலகெங்கிலும் இருக்கிறார்கள். தங்கள் தாய் தந்தையரைவிட மேலாக, தங்கள் உயிரைவிட மேலாக நபிகள் நாயகத்தை மதிக்கிறார்கள். எல்லாவற்றுக்கும் காரணம் அவரது இருபத்து மூன்று ஆண்டுகாலப் பொறுமை, காத்திருப்பு, கருணை.

கோபர்நிகஸ் தன் ஆராய்ச்சி நூலை எழுதி முடிப்பதற்கு முப்பதாண்டுகள் ஆயின. 'த டிக்லைன் அன்ட் ஃபால் ஆஃப் த ரோமன் எம்பையர்' என்ற எட்டு பாகங்கள் கொண்ட நூலை எழுதி முடிப்பதற்கு கிப்பனுக்கு இருபது ஆண்டுகள் ஆனது. ஆடம் ஸ்மித் தன் 'வெல்த் ஆஃப் நேஷன்ஸ்' என்ற நூலை எழுதப் பதினேழு ஆண்டுகள் ஆயின. கார்ல்மார்க்ஸ் உலகப்புகழ் பெற்ற தன் மூலதனம் நூலை எழுதி முடிப்பதற்கும் பதினேழு ஆண்டுகள் ஆயின. 'போரும் அமைதியும்' நாவலை எழுதி முடிப்பதற்கு டால்ஸ்டாய்க்கு ஏழு ஆண்டுகள் ஆயின. டாக்டர் ஜான்சன் தனி ஆளாக உலகின் முதல் ஆங்கில அகராதியைத் தயாரிக்க எடுத்துக் கொண்ட ஆண்டுகள் ஒன்பது. சார்ல்ஸ் டார்வின் உலகையே மாற்ற வல்ல தன் கோட்பாடுகளை வெளியிடப் பதினைந்து ஆண்டுகள் ஆயின.

கிரேக்க நாடக ஆசிரியரான யூரிபிடிஸ் மூன்று வரிகளை எழுதுவதற்கு மூன்று நாட்கள் எடுத்துக்கொண்டார். அதைப் பார்த்த இன்னொரு நாடக ஆசிரியர், ''நான் இந்த மூன்று நாட்களில் ஐநூறு வரிகள் எழுதிவிட்டேன். ஆனால் நீங்கள் மூன்று வரிகள்தான் எழுதியுள்ளீர்கள்'' என்று கிண்டலாகச் சொன்னார். அதற்கு யூரிபிடிஸ், ''உங்கள் ஐநூறு வரிகளும் மூன்று நாட்களில் மறக்கப்பட்டுவிடும். ஆனால் என் மூன்று வரிகளும் உலக முடிவுநாள்வரை யில் நினைவில் வைக்கப்படும்'' என்று பதில் கொடுத்தார்!

Rome was not built in a day என்று ஒரு ஆங்கிலப்பழமொழி உள்ளது. சாதனைகள் எதுவும் நேற்றுப் பெய்த மழையில் இன்று முளைத்த காளான்களைப் போன்றது அல்ல. பொறுமையும் வெற்றியும் இணைபிரியாத நண்பர்கள் என்கிறார் கவிஞர்

ஹாஃபிஸ் ஷிராஸி. ஒருவரைத் தொடர்ந்து மற்றவரும் நிச்சயம் வருவார்!

பொறுமை என்றால் என்ன என்று நாம் சரியாக விளங்கிக்கொள்ள வேண்டும். ஒரு கஷ்டம் வந்தால் புலம்பாமல் பொறுமையாக இருப்பது என்ற அர்த்தத்தில் மட்டும் இதைச் சொல்லவில்லை. புலம்பாமலும் அலட்டிக்கொள்ளாமலும் இருப்பது நிச்சயம் நன்மை தரக்கக்கூடியதே. பொறுமை என்றால் பொறுத்துக் கொள்ளுதல் என்ற அர்த்தத்தில் நான் சொல்லவில்லை. பொறுமையின் அர்த்தங்களில் அதுவும் ஒன்றுதான்.

ஆனால் பொறுமை என்பது பல அர்த்த விரிவுகளைக் கொண்டது. உதாரணமாக, ஒரு மாணவனை நான் ஒரு கேள்வி கேட்டால் அவன் பதில் சொல்வதற்குள் இன்னொரு மாணவன் பதில் சொல்வான். 'ஏய், நான் உன்னையா கேட்டேன். நீ சும்மா இரு' என்று கேட்காமல் பதில் சொன்னவனை அதட்டுவேன்.

பதில் சொல்பவனைத் திட்டுவது எப்படி சரியாகும் என்ற கேள்வி பிறக்கும் இங்கே. அவனுக்கு ஒரு விஷயத்தைப் பற்றிய தகவல் / அறிவு இருக்கிறது. ஆனால் அது யாரும் கேட்காமலே வெளியே வரத் துடிக்கிறது. ஒருவித நியாயமற்ற அவசரம். தனக்கு அந்தத் தகவல் தெரியும் என்று வெளிக்காட்டிக்கொள்ள மனம் துடிக்கிறது. அதுவும் பொறுமையின்மையின் ஒரு வெளிப்பாடுதான்.

பொறுமை என்பது கஷ்டம் வரும்போது மட்டும் வெளிப்படுத்தப் படுவதல்ல. ரொம்ப சந்தோஷமாக இருக்கும்போது, நிறைய அறிவிருக்கும்போது, நிறைய பணமிருக்கும்போது எனப் பல தளங்களிலும் பல பரிமாணங்களிலும் பொறுமையும் பொறுமை யின்மையும் வெளிப்பட்டுக்கொண்டே இருக்கின்றன.

பொறுமையில்லாமல் நம் கஷ்டத்தை, சந்தோஷத்தை, நோயை, ஆரோக்கியத்தை, பணத்தை, செல்வாக்கையெல்லாம் நாம் வெளிப்படுத்தத் துடிப்பதாலும் வெளிப்படுத்துவதாலும் வரும் விளைவுகளைப் பற்றி நாம் யோசிப்பதில்லை.

கஷ்டத்தில், நோயில், வறுமையில் பொறுமையில்லை என்றால் அப்பிரச்னைகள் அதிகரிக்கும்! செல்வத்தில், செல்வாக்கில், அறிவில் - இம்மாதிரியான விஷயங்களில் பொறுமையில்லை என்றால் அவையெல்லாம் நம்மை விட்டு நீங்க ஆரம்பிக்கும்! பொறுமையாளர்களோடு நானிருக்கிறேன் என்று திருக்குரானில்

இறைவன் சொல்வதன் உட்குறிப்பு, பொறுமையற்றவர்களோடு சாத்தான் இருப்பான் என்பதுதான்!

பொறுமையின் இன்னொரு அர்த்தம் விடாமுயற்சி. அபூ ஜ’அரானா என்றொரு முஸ்லிம் அறிஞர் இருந்தார். அவர் மன உறுதிக்கும் பொறுமைக்கும் புகழ்பெற்றவர். அவரிடம் அதுபற்றிக் கேட்டபோது அவர் பொறுமையை ‘பிஜ்ஜு’ என்ற பூச்சியிடம் கற்றுக்கொண்டதாகச் சொன்னார். அவர் ஒரு நாள் தொழுகைக்காகப் பெரிய பள்ளிவாசலில் அமர்ந்திருந்தார். அப்போது அங்கிருந்த ஒரு வழுவழுப்பான, பளபளப்பான தூணில் பிஜ்ஜு பூச்சி ஏறிக்கொண்டிருந்தது. தூணின் முடிவில் ஒரு விளக்கிருந்தது. அந்த விளக்கை நோக்கித்தான் அந்தப் பூச்சி சென்றுகொண்டிருந்தது. ஆனால் தூண் மிகவும் வழுவழுப்பாக இருந்ததால் அது வழுக்கி வழுக்கிக் கீழே அடிக்கடி விழுந்து கொண்டே இருந்தது. ஆனாலும் அது விடாமல் பொறுமையுடன் முயன்றுகொண்டே இருந்தது.

இரவு முழுவதும் அது முயன்றுகொண்டே இருந்தது. கிட்டத் தட்ட 700 முறை அது முயன்றதாக அந்த அறிஞர் சொல்கிறார். விடிகாலைத் தொழுகைக்கான நேரம் வந்துவிட்டதால் அறிஞர் சென்று தொழுதுவிட்டு வந்து பார்த்தபோது அந்தப் பூச்சி ஜெயித்திருந்தது! ஆமாம், இரவு முழுவதும் பொறுமையாகச் செய்த முயற்சியினால் விளக்கில் குடியேறுவதில் அது வெற்றி பெற்றிருந்தது!

சீன மூங்கிலின் கதை

சீனாவில் இருந்த வயசான ஒரு ஏழை விவசாயி தன் வருங்கால சந்ததியினருக்குப் பயன்தரும் வகையில் ஏதாவது செய்ய வேண்டும் என்று ஆசைப்பட்டார். சீனமூங்கிலைப் பற்றி அவர் முன்னோர்கள் வாயிலாகக் கேள்விப்பட்டிருந்தார். எனவே அந்த விதைகளை வாங்கி நிலத்தில் போட்டு வைத்தார். தினமும் அவற்றுக்கு நீரூற்றினார். ஓர் ஆண்டு முடிந்துவிட்டபோதும் ஒன்றும் துளிர்க்கவில்லை. அவரைச் சுற்றி இருந்தவர்கள் அவரைக் கேலி செய்தனர். ஆனால் அவர் மனம் தளராது தினமும் தண்ணீர் ஊற்றி வந்தார்.

இரண்டு ஆண்டுகள் முடிந்தன. அப்போதும் நிலத்துக்கு உள்ளே உயிர் இருப்பதற்கான அறிகுறி எதுவும் தென்படவில்லை. அவருடைய மனதிலும் சந்தேகம் எழுந்தது. நம்பிக்கை

தளர்ச்சியடைந்தது. கேலியும் கிண்டலும் கூடியது. ஆனாலும் அவர் விடாமல் தண்ணீர் ஊற்றி வந்தார். மூன்று ஆண்டுகள் ஆயின. அப்போதும் முதல் நாள் இருந்த மாதிரியே இருந்தது. கேலியும் கிண்டலும் அதிகரித்தன. முதுமையும் அவநம்பிக்கையும் அவரை மிகவும் தளர்ச்சியடை வைத்தன. ஆனாலும் அவர் தண்ணீர் ஊற்றுவதை நிறுத்தவில்லை. அவர் அதற்குப் பழகிப் போயிருந்தார். முன்னோர்கள் முட்டாள்களல்ல என்ற குரல் அவர் ஆழ்மனதில் ஒலித்துக்கொண்டே இருந்தது.

இவ்விதமாக ஐந்து ஆண்டுகள் சென்றன!

வழக்கம்போல ஒருநாள் காலை ஒரு வாளித்தண்ணீர் ஊற்ற அவர் வந்தபோதுதான் அந்த அதிசயத்தைப் பார்த்தார். விதைகள் போடப்பட்டிருந்த எல்லாக் குழிகளிலும் பச்சையாக முளை விட்டிருந்தன ஐந்து ஆண்டுகள் கழித்து!

சந்தோஷத்தில் ஆனந்தத் தாண்டவமே ஆடிவிட்டார் அவர். கிராமமே அவரையும் பூமியை எட்டிப்பார்த்துக்கொண்டிருந்த முளைகளையும் விரிந்த கண்களுடன் பார்த்தன. நம்பிக்கை பொய்க்கவில்லை. காத்திருப்பு வீண்போகவில்லை!

ஆறே வாரங்களில் 90 அடிகளுக்கு ராட்சசத்தனமாக வளர்ந்து விட்டன அந்த மூங்கில்கள்! உலக அதிசயங்களில் ஒன்று அவை. ஆனால் அந்த 90 அடி அதிசயம் வளர ஐந்து ஆண்டுகள் அறிகுறியே இல்லாமல் காத்திருக்கவேண்டும்! அதுதான் நமக்கான முக்கியமான பாடம்.

பதறிய காரியம் சிதறும் என்று மிகச் சரியாகத்தான் தமிழ்ப்பாரம் பரியம் கூறிச் சென்றுள்ளது. அவசரப்படுதல் ஆன்மிகத்துக்கு எதிரானது என்று ஓஷோவும் இதையே சுட்டுகிறார்.

சீன மூங்கிலின் கதையிலிருந்து நமக்குச் சில முக்கியமான உண்மைகள் கிடைக்கின்றன:

கனவை விதைக்கவேண்டும்

அது நனவாவதற்காக நாம் தினசரி செய்ய வேண்டிய காரியங்களை மனம் தளராமல் செய்யவேண்டும்

இது நடக்காது என்று சொல்பவர்களையும் அப்படி நினைத்தவர் களையும் உதாசீனப்படுத்தவேண்டும்.

நமக்கே அவ்வப்போது தோன்றும் அச்சங்களையும் சந்தேகங் களையும் புறந்தள்ளவேண்டும்.

ஆதாரமே இல்லையென்று தோன்றினாலும் அசைக்க முடியாத நம்பிக்கை வைக்கவேண்டும்.

பொறுமையாகக் காத்திருக்கவேண்டும்.

பொறுமையாக இருப்பது முழுக்க முழுக்க மனம் சார்ந்த விஷயம். பிரார்த்தனைகளைவிட மிகவும் உயர்ந்தது பொறுமை தான் என்று புத்தர் சொன்னதன் அர்த்தமும் அதுதான். ஆனால் பொறுமையாக இருப்பது எளிதான காரியமல்ல. அதற்கு நிறைய பயிற்சியும் முயற்சியும் தேவைப்படுகிறது. அவை என்ன? பார்க்கத்தானே போகிறோம், கொஞ்சம் பொறுமையாக இருங்கள்!

4

மாயக் குப்பைத்தொட்டி

அண்ட சராசரம் முழுவதும் எண்ணத்துள் அடக்கம்.
எண்ணத்தில் ஷைத்தானியத் (சாத்தானியம்),
ரஹ்மானியத் (தெய்விகம்), ரூஹானியத் (சுயம்
பற்றிய உண்மை), கத்தரிக்காய், மாங்காய் -
எல்லாமே இருக்கிறது - ஹஸ்ரத் மாமா.

என்னைப் பார்க்க ஒரு டாக்டர் வந்தார். அவருடைய சில பிரச்னைகளுக்குத் தீர்வு கேட்டு என்னிடம் வந்தார்! ஆமாம். என் புத்தகங்களைப் படித்துவிட்டுப் பலர் எனக்கு இப்படி அலைபேசியிருக்கிறார்கள். தங்கள் பிரச்னைகளை என்னிடம் சொல்லித் தீர்வு காண விழைபவர்களின் அலைபேசித்தொல்லை என் அன்றாட பிரச்னைகளில் ஒன்றாகிவிட்டது!

என்னடா இப்படிச் சொல்கிறேனே என்று யோசிக்க வேண்டாம். அடுத்தவர்களின் பிரச்னைகளைத் தீர்க்க முடிவது, அதற்கான ஆலோசனைகளைச் சொல்வதெல்லாம் இறைவன் எனக்குக் கொடுத்த கௌரவம்தான். சந்தேகமே இல்லை. ஆனால் அலைபேசியில் தொடர்புகொள்பவர்களில் பெரும் பாலானவர்களுக்கு எப்படிப் பேசவேண்டுமென்றே தெரிவதில்லை. பகல் பதினோரு மணியிலிருந்து

ஒரு மணிவரை என்னை அழைக்கலாம் என்று சொன்னால், இரவு 12 மணிக்கு அழைக்கிறார்கள்! பகலில் அழைத்தால் அலை பேசியிலேயே முக்கால் மணி நேரம் பிரச்னைகளைச் சொல்லி என் செவிகளின் ஆரோக்கியத்துக்குப் பிரச்னையை ஏற்படுத்து கிறார்கள்!

நான் எங்கே இருக்கிறேன், என்ன செய்துகொண்டிருக்கிறேன், இப்போது பேசமுடியுமா என்பதுபோன்ற கேள்விகளை யாருமே கேட்பதில்லை. அவர்கள் பிரச்னை தீர்ந்தால் போதும். அதனால் அடுத்தவருக்கு ஏற்படும் பிரச்னைகள் பற்றி அவர்களுக்கு அக்கறையில்லை! என் புத்தகத்தைப் படிப்பவர்களிடம் இதை ஒரு வேண்டுகோளாகவே வைக்கிறேன்.

என்னை அழையுங்கள். ஆனால் நான் பேசுகின்ற சூழ்நிலையில் இருக்கிறேனா என்றும் தயவுசெய்து கேட்டுக்கொள்ளுங்கள்.

சரி, அந்த டாக்டர் விஷயத்து வருவோம். அவருக்கு இரண்டு பிரச்னைகள் என்று அலைபேசியில் கூறினார். ஒன்று: பேய்கள் பற்றிய பயம்! இரண்டு: தீர்க்கமுடியாத வியாதிகள் வந்துவிடுமோ என்ற அச்சம்! ஆஹா, ஒரு டாக்டருக்கே இந்த பயம் என்றால் மற்றவர்களுக்குக் கேட்கவா வேண்டும்!

நான் அவருக்கு என்ன சொன்னேன், அவர் எப்படி தன் பிரச்னைகளில் இருந்து வெளியே வந்தார் என்றெல்லாம் இங்கே சொல்லப்போவதில்லை. ஏனெனில், அதற்கான களமல்ல இது. மனிதர்களுக்குள் இருக்கும் உண்மையான பிரச்னை அவர்களுடைய மனம்தான். அதைச் சரிசெய்துவிட்டால் 99 விழுக்காடு பிரச்னைகள் தீர்ந்துவிடும்.

பிரச்னைகளை இரண்டு விதமாகப் பார்க்கலாம். ஒன்று உடல் மட்டும் சார்ந்த பிரச்னைகள். இன்னொன்று மனம் சார்ந்த பிரச்னைகள். மனம் சார்ந்த பிரச்னைகள் உடலையும் பாதிக்கும்.

கையில் நெருப்பு சுட்டுவிட்டால் அது தீர்க்க முடிகிற சாதாரண பிரச்னை. இல்லையே, தீக்குளித்துச் செத்துப்போகிறார்களே, அது பெரிய பிரச்னையில்லையா என்று நீங்கள் கேட்கலாம். அதுவும் மனம் சார்ந்த பிரச்னைதான். மனைவிமீதான கையாலாகாத கோபம், வாங்கிய கடனைத் திருப்பிக் கொடுக்க முடியாத சோகம், காதல் தோல்வி, கட்சித் தலைவர் மீது கொண்ட முட்டாள்தனமான பக்தி, இப்படித் தீக்குளித்தற்கான காரணங்களைச் சொல்லிக் கொண்டே போகலாம். மனதில் ஏற்பட்ட அழுத்தமான

வேண்டாத உணர்வுகளை அடிப்படையாக வைத்தவையே இப்படிப்பட்ட இறப்புகளெல்லாம்.

சில ஆண்டுகளுக்கு முன்னால் ஒரு தொலைக்காட்சியில் ஒரு நடுத்தர வயதுப் பெண்மணி சோறு உண்பதைப்போல் மண்ணை அள்ளி அள்ளி உண்ணுவதைக் காட்டினார்கள். அந்த மண்ணும் கல்லும் அவருக்குச் செரிக்கிறது! உணவு கிடைக்காததால் மண்ணை அள்ளி உண்ண ஆரம்பித்திருந்தாராம். காலப்போக்கில் அதுவும் செரிக்க ஆரம்பித்துவிட்டது! அதைப் பார்க்கும் நமக்கு அது மனம் சார்ந்த பிரச்னை. ஆனால் அந்தப் பெண்மணிக்கு அது வறுமை சார்ந்த உடல் பிரச்னை.

உடல் சார்ந்த பிரச்னை பற்றி நாம் இங்கே பேசப்போவதில்லை. மனம் சார்ந்த பிரச்னைகள்தான் இங்கே பிரதானம். ஒரு மனிதனை வாழவைப்பதும் சாகடிப்பதும் அவனது மனமாகவே இருக்கிறது. மனமே வெல்லும், மனமே கொல்லும். நான் இங்கே மனசாட்சியைப் பற்றிப் பேசவில்லை.

நம் அனைவருக்கும் மனம் என்ற ஒன்று இருக்கிறது. தெரியும். ஆனால் எங்கே இருக்கிறது என்ற கேள்விக்கு பதில் கிடையாது. உடலில் ஒரு குறிப்பிட்ட இடத்தில் மனம் குடியிருக்கவில்லை. அது உடலெங்கும் வியாபித்திருக்கிறது என்று வேண்டுமானால் சொல்லலாம். மூளையில்தான் மனம் உள்ளது என்று நினைப்பது நம் வசதிக்காகவே. ஏனெனில் மூளைதான் சிந்திக்கிறது. எனவே மனமும் அங்கேதான் இருக்கவேண்டும் என்று நினைக்கிறோம்.

இது சரியான கருத்தல்ல. மூளை மட்டும் சிந்திக்கவில்லை. நமது நகம்கூடச் சிந்திக்கிறது. என்ன ஆச்சரியமாக உள்ளதா? ஆச்சரியம், ஆனால் உண்மை. நகத்தை வெட்டுகிறோம். ஆனால் அது மீண்டும் வளர்ந்துவிடுகிறதல்லவா? அப்படியானால் மீண்டும் வளரவேண்டும் என்று அதற்குத் தெரிந்திருக்கிறது. இப்படி நான் சொல்லவில்லை. விஞ்ஞானம் சொல்கிறது. என்ன செய்யவேண்டும், எப்போது செய்யவேண்டும் என்ற தகவல்கள், உத்தரவுகள் உடலின் எல்லாப் பாகங்களுக்கும் கிடைத்துக்கொண்டே இருக்கின்றன. நம் உடல் முழுவதும் அறிவுக்கோவிலாக உள்ளது. அறிவானது மூளையில் மட்டும் இல்லை. உடல் முழுக்க வியாபித்துள்ளது.

ஒரு உத்தரவைப் பிறப்பிக்கவோ, தனக்குள் உள்ள கோடிக் கணக்கான நியூரான்களோடு பேசிக்கொள்ளவோ மூளை ஒரு மொழியைத் தேர்ந்தெடுக்கிறது. அதன் பெயர் நியூரோ

பெப்டைடு! ஆமாம், அந்த வேதிப்பொருளின் மூலமாகத்தான் மூளை தகவல் பரிமாற்றம் செய்கிறது. இந்த நீயூரோ பெப்டைடுகள் மூளையில் மட்டும்தான் உருவாகின்றனவா? இல்லை. உடல் முழுக்க உருவாகிக்கொண்டே இருக்கின்றன. அவசியத்தை முன்னிட்டு அது ஆங்காங்கே உருவாகிக்கொண்டே இருக்கிறது. நமது நகம் வளரவேண்டுமென்றாலும் சரி, காயம்பட்ட இடத்தில் ரத்தம் கட்ட வேண்டுமென்றாலும் சரி - இதுபோன்ற கோடிக்கணக்கான தகவல்கள், உத்தரவுகள், வேண்டுகோள்கள் யாவும் உடல் முழுக்க நியூரோபெப்டைடு களாகவே கொடுக்கப்படுகின்றன. பெற்றுக்கொள்ளப் படுகின்றன. அப்படியானால் உடல் முழுக்க மூளைதான் என்றும் சொல்லலாம்.

இன்னும் ஒரு சின்ன விஞ்ஞான உண்மையைச் சொல்கிறேன். அப்பா மூலமாக அம்மாவுக்குள் நாம் முதன்முறையாகச் சென்று உருவாகும்போது ஒரே ஒரு செல் உயிரியாகவே இருக்கிறோம். இப்போது நம் பெயர் ராகவனாகவோ ரஹீமாகவோ இருக்கலாம். ஆனால் அப்போது நமது பெயர் ஸைகோட் (zygote). பின்னர் அந்த ஒரு செல் ஸைகோட் இரண்டாகி, நான்காகி, பல்கிப் பெருகி மூன்றாம் மாதம் கண், வாய், மூக்கு என உடல் உறுப்புகளெல்லாம் உருவாகிச் செயல்பட ஆரம்பிக்கின்றன. மூளையும் அப்போதுதான் உருவாகிச் செயல்படத் துவங்குகிறது.

தான் இரண்டாகப் பிரியவேண்டும் என்ற அறிவு ஒருசெல் உயிரியான அந்த ஸைகோட்டுக்கு இருந்திருக்காவிட்டால் என்ன நடந்திருக்கும்? நாம் உருவாகியிருக்கமாட்டோம்! அப்படி யானால், மூளையிருப்பதால்தான் ஒரு மனிதனுக்கு அறிவிருக்கிறது என்பது உண்மையல்ல. அறிவிருந்ததனால்தான் மூளையே வந்துள்ளது என்பதுதான் உண்மை! சிந்தனையின் மையமாக, பின்னர் மூளை செயல்படுவது வேறு விஷயம்.

சரியாகப் புரிந்துகொள்வதுகூட ஒரு கலைதான். ஆனால் புரிந்து கொள்ளும் விஷயத்தில் நம்மில் சிலர்தான் கற்பூரமாக இருக்கிறோம். பலர் கரித்துண்டுகளாகவும், இன்னும் பலர் வாழைமட்டைகளாகவும்தான் இருக்கிறோம். ஐன்ஸ்டீன் வாழ்க்கையில் நடந்த ஒரு நிகழ்ச்சி எனக்கு ஞாபகம் வருகிறது.

ஒரு பெண்மணி ஐன்ஸ்டீனுக்கு விருந்து கொடுத்தார். அப்போது, ‘உங்கள் ரிலேடிவிடி தியரியைப் பற்றி சொல்லுங்களேன்’ என்று கேட்டுக்கொண்டார். ஐன்ஸ்டீன் சொன்னார்.

நான் ஒருநாள் ஒரு பார்வையற்றவரோடு வாக்கிங் போய்க் கொண்டிருந்தேன். 'கொஞ்சம் பால் குடிக்கலாமா' என்று கேட்டேன்.

'பாலா, அப்படியென்றால் என்ன' என்றார் அவர்.

'பால் என்பது ஒரு வெள்ளையான திரவம்' என்றேன் நான்.

'திரவம் எனக்குத்தெரியும். அது என்ன வெள்ளை'?

'அன்னப் பறவையின் இறகுகள் மாதிரி இருக்கும்' என்றேன் நான்.

'இறகுகள் தெரியும். அது என்ன அன்னப்பறவை'?

'அது வளைந்த கழுத்துகொண்ட ஒரு பறவை' என்றேன் நான்.

'கழுத்து தெரியும், அது என்ன வளைந்த'?

அதற்குமேல் எனக்குப் பொறுமை இல்லை. அவர் கையை எடுத்து நேராக நீட்டி வைத்தேன். 'இது நேரானது' என்று சொல்லிவிட்டு அவர் கையை மடக்கினேன். 'இது வளைந்தது' என்றேன்.

'ஓ, பால் என்றால் என்னவென்று இப்போது புரிந்துவிட்டது' என்றார் அவர்!

நான் சொல்வதையும் நீங்கள் இப்படிப் புரிந்துகொண்டால் என்னால் எதுவும் செய்யமுடியாது.

மனம் என்பது தனியாக எங்கோ ஒரு மூளையில், சாரி, ஒரு மூலையில், இல்லை. சரி, அது எங்கிருந்தால் என்ன? எங்கோ இருக்கிறது. அல்லது எங்கும் இருக்கிறது. இருக்கட்டும். இப்போது பிரச்னை அது இருக்கும் இடமல்ல. மனமேதான் மனிதனின் பிரச்னை. ஏன்?

மனம் என்பது அவிழ்த்துக் கொட்டப்பட்ட கடுகுப் பொட்டலம் என்று பரமஹம்சர் சொன்னாரல்லவா, அது உண்மைதான். மனதின் சிதறிக்கிடக்கும் தன்மையைப் பற்றி அவர் அழகாகச் சொன்னார். ஆனால் மனதுக்கு மேலும் ஒரு பரிமாணம் உள்ளது. அதைப்பற்றித்தான் நாம் இங்கே பேசிக்கொண்டிருக்கிறோம். அது என்ன?

மனமானது ஒரு மாயக் குப்பைத்தொட்டி. இருபத்து நான்கு மணி நேரமும் அதிலிருந்து எண்ணங்கள் வந்துகொண்டே இருக்கின்றன. மனதைப் பொறுத்தவரை இரண்டு சாத்தியக்கூறுகள் உண்டு.

ஒன்று, நாம் சிந்திக்கிறோம் (எப்போதாவது)!

இரண்டு, நம் மனதிலிருந்து எண்ணங்கள் வந்து விழுந்து கொண்டே இருக்கின்றன.

முன்னது ஏற்கனவே சொன்னதுபோல எப்போதாவது நடப்பது. பின்னது எப்போதும் நடப்பது. முன்னது வரம். பின்னது சாபம். சிந்திக்கின்ற மனிதர்கள் என்று நாம் பெருமைப்பட்டுக்கொள்ள முடியாது. நம்மில் எத்தனை பேர் சிந்திக்கிறோம்? நாம் பெரும் பாலும் சிந்திப்பதில்லை. அடுத்தவர் சிந்தனையைக் கடனாகப் பெற்றுக்கொள்கிறோம். அல்லது சிந்திப்பதே இல்லை. ஆனால் உணர்ச்சிகளுக்கும் எதிர்மறையான எண்ணங்களுக்கும் இருபத்து நான்கு மணி நேரமும் ஆட்பட்டுக்கொண்டே இருக்கிறோம். பலியாகிக்கொண்டே இருக்கிறோம்.

டேனியல் கோல்மேன் எழுதிய இமோஷனல் இண்டலிஜென்ஸ் (Emotional Intellignce) என்ற புகழ்பெற்ற நூலில் ஒரு நிகழ்ச்சியைக் குறிப்பிடுகிறார். வீட்டுக்குத் திரும்பி வந்த அப்பா கதவைத் திறந்தவுடன் ஏதோ சப்தம் கேட்கிறது. என்னவோ ஏதோ என்று நினைத்த அவர் சட்டென்று தன் கைத்துப்பாக்கியை எடுத்து அதன் விசையை அழுத்திவிடுகிறார். ஆனால் எழுந்தது தன் மகளுடைய குரல்தான் என்ற நிஜம் துப்பாக்கியை அழுத்திய பிறகுதான் அவர் மூளைக்குச் சென்றது. ஆனால் அந்தப் பெண் குழந்தை அப்பாவின் துப்பாக்கி குண்டு பட்டு இறந்துபோனது!

அச்சம் என்ற உணர்ச்சி அவரை ஆட்கொண்ட கணத்தில் அவர் துப்பாக்கியின் விசையை அழுத்திவிட்டார். நமது மூளையில் உள்ள 'அமிக்டாலா' என்ற உணர்ச்சிகளின் கட்டுப்பாட்டு மையமனானது ஒரு வினாடியில் பத்தாயிரத்தில் ஒரு பங்கில் செயலாற்றுமாம். ஆனால் அறிவின் மையமாக உள்ள 'நியோகார்டக்ஸ்' ஒரு வினாடியில் ஆயிரத்தில் ஒரு பங்கில்தான் செயலாற்றும்! உணர்ச்சியின் வேகத்தையும் தாக்கத்தையும் இதிலிருந்தும் புரிந்துகொள்ளலாம்.

எனவே சிந்திப்பதைவிட உணர்ச்சி வசப்படுவதுதான் மிக வேகமாகவும் அடிக்கடியும் நடக்கிறது.

'இரண்டு சதவீத மனிதர்கள் சிந்திக்கிறார்கள். மூன்று சதவீத மனிதர்கள் சிந்திப்பதாக நினைக்கிறார்கள். மீது தொன்னூற்றைந்து சதவீத மனிதர்கள் சிந்திப்பதைவிட செத்துப்போவதே மேல் என்று இருக்கிறார்கள்' என்கிறார் மேதை பெர்னார்ட்ஷா!

நம் சிந்தனைக்குரிய செய்தி! நம்மில் பெரும்பாலோர் சிந்திப்பதே இல்லை என்பது உண்மைதானே? சினிமா நடிகர்களுக்கும் நடிகைகளுக்கும் இருக்கும் ரசிகர் மன்றங்கள், அரசியல் தலைவர்களுக்காகத் தீக்குளிக்கும் தொண்டர்கள் - இவை யெல்லாம் சொல்வது அந்த உண்மையைத்தானே!

சரி, சிந்திக்கும் சமாச்சாரத்துக்குள் இப்போது போகவேண்டாம். இப்போதைக்கு அது நம் 'ஏரியா' அல்ல! எண்ணங்களுக்கு வருவோம். நம் அனைவருக்கும் அன்றாடம், ஒரு நிமிடம், ஒரு வினாடி, ஏன் ஒரு 'நானோவினாடி'கூட இடைவெளி விடாமல் எண்ணங்கள் வந்துவிழுந்துகொண்டே இருக்கின்றன. அவ்வெண்ணங்கள் பெரும்பாலும் எதிர்மறையான எண்ணங்களே என்பதுதான் பிரச்னை.

கவலை, குழப்பம், கோபம், காமம், அச்சம், எரிச்சல், பொறாமை - இப்படிப்பட்ட எதிர்மறையான எண்ணங்கள்தான் நம் மனக் குப்பைத்தொட்டிக்குள் வந்து விழுந்துகொண்டே இருக்கின்றன. ஆனால் நம் மனமோ ஒரு மாயக் குப்பைத்தொட்டி? எப்படி?

நாம் பத்து குப்பைகளை அதற்குள் போட்டால், கொஞ்ச நேரத்தில் அவை நூறாக, ஆயிரமாக, லட்சமாகக் கூடிக்கொண்டே போகின்றன! இந்த 'கூட்டும்' வேலை இருபத்து நான்கு மணி நேரமும் நடந்துகொண்டே இருக்கிறது.

ஒரு காய்ச்சல் வந்துவிட்டால் போதும். ஐயையோ, இது டைஃபாய்டாக, பறவைக் காய்ச்சலாக, பன்றிக்காய்ச்சலாக இல்லாமல் இருக்கவேண்டுமே என்ற கவலை உடனே வந்து விடுகிறது. எங்கோ தொலைதூரத்தில் இருக்கும் பறவைகளையும் பன்றிகளையும் நாம் இப்படி அழைத்துக்கொண்டே இருக்கிறோம். ஒருவேளை இல்லாவிட்டால் இன்னொரு வேளை அவை நிச்சயம் வந்துவிடும் சாத்தியம் உண்டு. ஏனெனில் நம் மனதில் ஆழமாகப் போடப்படும் எண்ணங்களுக்கு சாதகமான சூழ்நிலை புற உலகில் உருவாகும் என்கிறது மரபணு உயிரியல் விஞ்ஞானம்.

நான் சொல்வதில் நம்பிக்கை வராவிட்டால் மரபணு உயிரியல் விஞ்ஞானியும் டாக்டருமான ப்ரூஸ் லிப்டன் (Bruce Lipton) எழுதிய The Biology of Belief என்ற நூலை வாசித்துப் பாருங்கள், விளக்கமாகப் புரியும். நம் எண்ணங்கள்தான் நம் உயிரணுக்களைப் 'ப்ரோக்ராம்' செய்வதாக அவர் நிரூபிக்கிறார்.

அதிசய மனிதனின் கதை

டாக்டர் ப்ரூஸ் லிப்டனின் கருத்தை நிரூபிக்கும் வகையில் அவர் பல நிகழ்ச்சிகளை தன் நூலில் சொல்கிறார். நான் அவற்றை என் வேறு சில நூல்களில் குறிப்பிட்டுள்ளேன். எனவே அதிசய மனிதனின் கதையை இங்கே சொல்கிறேன்.

மார்ச் 10, 1981ம் ஆண்டு. மாரிஸ் குட்மேன் என்ற அமெரிக்கருக்கு கடுமையான விபத்து அன்றுதான் நடந்தது. அவர் இன்சூரன்ஸ் பாலிஸிகளை விற்கும் தொழிலில் ஈடுபட்டு வெற்றிகரமாக இருந்து வந்தார். தனக்கான ஒரு குட்டி ஏரோப்ளேன் வாங்கி அதை அவர் ஓட்டிக்கொண்டும் சென்றார். அந்த நாள்தான் மேலே குறிப்பிட்டுள்ள நாள்.

ஆனால் குட்டி விமானத்தின் எஞ்சினில் ஏதோ கோளாறு ஏற்பட்டு அவர் அவசரமாக அதைத் தரையிறக்க முயற்சித்தபோது 'க்ராஷ்' ஆகி விழுந்ததில் அவருக்கு பலத்த அடிபட்டது. அவரது கழுத்து எலும்புகள் இ1, இ2 என்று சொல்லப்படும் மிக முக்கியமான முதுகுத்தண்டு எலும்புகள் உடைந்தன. அவரது நெஞ்செலும்பு, நுரையீரல், உதரவிதானம் என்று ஏகப்பட்ட இடங்களில் அடிபட்டிருந்தது.

அவரைப் பரிசோதித்த டாக்டர் குழு கோரஸாக சில விஷயங் களைச் சொன்னது. அவரால் நடக்க முடியாது, பேச முடியாது, சாப்பிட முடியாது, மூச்சுவிட முடியாது (செயற்கை சுவாசம்தான்), உடலை அசைக்க முடியாது... இப்படி வரிசையாகச் சொல்லிக் கொண்டே போனார்கள். சுருக்கமாகச் சொன்னால் அவர் உயிரோடு இருந்த ஒரு பிணம் மாதிரி! அவரால் ஒரேயொரு வேலையை மட்டும்தான் செய்யமுடியும். அதுஎன்ன? கண்களை மட்டும் அவரால் இமைக்க முடியும்! கண்ணிமைக்கும் பிணம்! இனி வாழ்நாள் பூராவும் - அதிகபட்சம் சில வாரங்கள் என்று டாக்டர்கள் சொன்னார்கள் - அவ்வளவுதான் அவர்!

ஆனால் மருத்துவர்கள் கொடுத்த அச்சங்களையெல்லாம் மீறி, பேசவேண்டும், இயற்கையாக மூச்சுவிடவேண்டும், யாருடைய உதவியும் இன்றி நடக்கவேண்டும் - இதெல்லாம் அடுத்த கிறிஸ்துமஸுக்குள் நடக்கவேண்டும் என்று மோரிஸ் மனதுக்குள் முடிவு செய்து கொண்டார்! அற்புதம், ஆனால் உண்மை. அவர் நினைத்தபடியேதான் நடந்தது! அதே ஆண்டு, நவம்பர் மாதம் 13ம் தேதி அவர் மருத்துவமனையை விட்டு உலக வாழ்க்கைக்கு வந்தார்! எட்டே மாதங்கள்!

அவருடைய உடலே அவரை குணப்படுத்தியிருந்தது. ஆனால் எவ்வளவு உறுதியாக அவர் தன் மனதை வைத்திருந்தால் அந்த அற்புதம் நடந்திருக்கும் என்று நாம் நிச்சயம் கற்பனை செய்யமுடியும். அவருடைய பெயரே மாறி அவரை உலகம் 'அற்புத மனிதர் குட்மேன்' என்று அழைத்தது. அவரைப் பற்றி டாக்குமெண்டரிகளும், குறும்படங்களும் எடுக்கப்பட்டன. அவரே தன் வாழ்க்கை வரலாற்றை நூலாகவும் எழுதியுள்ளார்.

இதிலிருந்து என்ன தெரிகிறது?

மனித மனம் ஒரு மாயக் குப்பைத்தொட்டி மட்டுமல்ல. அது ஒரு அற்புதப் பொக்கிஷப் பெட்டியும்கூட.

அதை நாம் எப்படிப் பயன்படுத்தப்போகிறோம்?

5

மாற்றுப் பாதை

மக்கள் தங்கள் எண்ணங்களை மாற்றிக்கொள்ளாத வரை இறைவன் தரும் அருட்கொடைகளில் மாறுதல் செய்யமாட்டான் - ஹஸ்ரத் மாமா

ராணி ஒருத்தி ரொம்ப குண்டாக இருந்தாள். அவள் எடையைக் குறைப்பதற்காகப் பல மருத்துவர்கள் அழைக்கப்பட்டார்கள். ஒவ்வொருவரும் ஒல்லியாவதற்கான 'டயட்'டைக் கொடுத்து அவளை சித்ரவதை செய்தார்கள். ஏனெனில், அவர்கள் சாப்பிடச் சொன்ன உணவு வகைகள் நாக்கில் வைக்கக் கண்றாவியாக இருந்தன. எல்லா மருத்துவர்களும் வேலை நீக்கம் செய்யப்பட்டார்கள். கடைசியில் ஒரு மருத்துவர் வந்தார். அவர் சொன்னது அந்த ராணிக்கு மிகவும் பிடித்திருந்தது. அவர் அப்படி என்ன சொன்னார்?

'நீங்கள் சரியாகவே சாப்பிடுவதில்லை மகாராணி. உங்கள் பெரிய உடம்பில் அதனால்தான் பிரச்னைகள் தோன்றுகின்றன. இனிமேல் நீங்கள் சாப்பிடுவதற்கு அரை மணி நேரத்துக்கு முன்பாக இனிப்பூட்டப்பட்ட பாலைக் குடியுங்கள்'' என்று கூறினார். அந்த யோசனை ராணிக்கு மிகவும் பிடித்திருந்தது! அவளும் அப்படியே செய்தாள்.

அந்தப் பால் அவளது பசியைக் குறைத்தது. குறைவாகச் சாப்பிட்டாள். நாளடைவில் 'ஸ்லிம்' ஆக ஆரம்பித்தாள்!

எல்லோரும் கொல்லைப் பக்கமாக வந்தபோது அவர் வாசல் பக்கமாக வந்தார். எல்லாரும் சாப்பாட்டைக் குறைத்தபோது அவர் பசியைக் குறைத்தார். மகாராணியின் பிரச்னையைத் தீர்க்க அந்த மருத்துவர் மாற்றி யோசித்தார்.

The Road Not Taken என்றொரு கவிதை எழுதினார் அமெரிக்கக் கவிஞர் ராபர்ட் ஃப்ராஸ்ட். இரண்டு பாதைகளில் எதில் செல்வதென்று நீண்ட நேரம் நின்று யோசித்துவிட்டு அதுவரை யாரும் அவ்வளவாகச் செல்லாத பாதையைத் தேர்ந் தெடுத்துக்கொண்டதாக அறிவிப்பார். அவர் எப்போதுமே இப்படித்தான். பெரிய பெரிய விஷயங்களையெல்லாம் ரொம்ப எளிமையாகச் சொல்லிவிடுவார்.

நாம் செல்லுகின்ற பாதை ஏற்கனவே போடப்பட்ட பாதையாக இருந்தால் பயணம் எளிதாக இருக்கும். ஆனால் அதிகமாகப் பயன்படுத்தப்படாத பாதையில் செல்வது கடினம். பாதையே இல்லையென்றால் நாமே பாதையை உருவாக்க வேண்டிய கட்டாயம் வரும். அது இன்னும் சவாலான செயல்.

பயணம் போகவேண்டிய பாதையைக் குறிக்கவில்லை ஃப்ராஸ்டின் கவிதை. ஏனெனில் உண்மையிலேயே பயணம் செல்லவேண்டுமெனில் ஏற்கனவே போடப்பட்ட, எல்லாரும் போய்க்கொண்டு வந்துகொண்டும் இருக்கின்ற பாதையில் செல்வதுதான் எளிதும் அறிவார்ந்த செயலுமாகும். ஆஹா, அற்புதமான கவிதையை ராபர்ட் ஃப்ராஸ்ட் எழுதிவிட்டார், அதனால் நேஷனல் ஹைவேயில் செல்லாமல் காட்டுப்பாதை வழியாக காரை அல்லது பைக்கை ஓட்டிக்கொண்டு இனிமேல் செல்லலாம் என்று நாம் நினைப்போமா?

அப்படி நினைத்தால் அது முட்டாள்தனமான முடிவு மட்டுமல்ல. ஃப்ராஸ்டின் செய்தியை நாம் புரிந்துகொள்ளவே இல்லை என்பதன் அடையாளமும் அதுதான். அவர் சொல்லவரும் செய்தி உண்மையான பாதைகள் பற்றியதல்ல. பாதை என்பது ஒரு குறியீடு. உதாரணமாக வாழ்க்கையில் நமக்கு ஏற்படும் பிரச்னை களுக்கான தீர்வாகப் பாதையை எடுத்துக்கொள்ளலாம்.

ஒரு பிரச்னையை எப்படி அணுகவேண்டும் என்று நாம்தான் முடிவு செய்யவேண்டும். ஏற்கனவே தீர்க்கப்பட்ட வழிகள் அதற்கு

உதவாதெனில் புதிய சிந்தனை நமக்கு வேண்டும். 'மாத்தி யோசி' என்று நாம் அதைத்தான் குறிப்பிடுகிறோம். ஆங்கிலத்தில் 'லேட்ரல் திங்கிங்' என்றும், 'அவுட் ஆஃப் த பாக்ஸ் திங்கிங்' இது அறியப்படுகிறது.

ஆனால் பெட்டிக்குள்ளேயே இருந்துகொண்டு, அதாவது பிரச்னைக்குள்ளேயே இருந்துகொண்டு நம்மால் ஒரு தீர்வை எட்டவே முடியாது. இதையே வேறு வார்த்தைகளில் சொல்வதானால் உணர்ச்சி வசப்பட்டுக்கொண்டு ஒரு பிரச்னைக்குத் தீர்வு காணமுடியாது. உணர்ச்சி வசப்படுதலில் இருந்து நாம் வெளியே வர முடியுமானால்தான் புதிய சிந்தனைகள் தோன்றும். மனம் தெளிவாக இருந்தால்தான் தீர்வுகளுக்கான அறியப்படாத கதவுகள் திறக்கும்.

ஆரம்பத்தில் திருபாய் அம்பானி ஒரு வெளிநாட்டு பெட்ரோல் பங்கில் வேலை பார்த்துக்கொண்டிருந்தார். ஆனால் அவர் மனம் எப்போதும் அதிகமாக சம்பாதிப்பதைப் பற்றியே யோசித்துக் கொண்டிருந்தது. அவருக்கு சம்பளம் திர்ஹாம்களாகக் கொடுக்கப் பட்டன. அதாவது வெள்ளிக்காசுகளாக. நாமாக இருந்தால் என்ன செய்திருப்போம்? சம்பளம் சரியாக இருக்கிறதா என்று எண்ணிப் பார்த்துவிட்டு உடனே செலவழிக்கச் சென்றுவிடுவோம். ஆனால் திருபாய் அம்பானி வேறொரு வேலை செய்தார். அது என்ன?

ஒரு வெள்ளிக்காசை எடுத்து உள்ளங்கையில்வைத்து எடை பார்த்தார்! உதாரணமாக ஐந்து என்று பொறிக்கப்பட்ட வெள்ளிக்காசு என்று வைத்துக்கொள்வோம். 'இதற்குள் ஐந்து திர்ஹாங்களைவிட அதிகமான அளவு எடை கொண்ட வெள்ளி இருக்கும்போலுள்ளதே' என்று யோசித்தார்! இப்படிப்பட்ட யோசனை லட்சத்தில் ஒருவருக்குக்கூட வருமா என்பது சந்தேகமே!

அந்த வெள்ளிக்காசை உருக்கிப் பார்த்தார்! அவர் நினைத்தது போலவே ஒரு ஐந்து திர்ஹாம் காசுக்குள் பதினைந்து வெள்ளி திர்ஹாம்கள் மதிப்புள்ள வெள்ளி இருந்தது! உடனே எல்லாரிடமும் வெள்ளி திர்ஹாம்களைப் பெற்றுக்கொண்டு பதிலுக்கு நோட்டுகளாகக் கொடுத்தார்! சில்லறைகளுக்கு பதிலாக நோட்டுகள் பெற்றுக்கொள்ள யார்தான் விரும்பமாட்டார்கள்!

சில மாதங்களுக்கு வெள்ளி உருக்குதலும் அதன் மூலமாக மூன்று மடங்கு பணம் பெறுதலும் நடந்துகொண்டிருந்தது. அதன் பிறகு

அரசே அதைக்கண்டு பிடித்து காசில் பொறிக்கப்பட்டுள்ள மதிப்புக்குள்ள எடை மட்டும் உள்ள வெள்ளியை உருவாக்க ஆரம்பித்தது.

அவர் செய்தது சட்டத்துக்குப் புறம்பானதா என்ற கேள்வி பற்றி இப்போது நாம் யோசிக்கவேண்டாம். அவரது வித்தியாசமான சிந்தனைதான் நம் கவனத்துக்குரியது. இன்றைக்கு ஒரு சாம்ராஜ்ஜியமே அவர் பெயரில் உள்ளது என்றால் அதற்குப் பின்னால் அடிப்படையாக இருந்தது அவருடைய வித்தியாசமான சிந்தனைதான்.

ஏர்டெல் கம்பனியை ஆரம்பித்த சுனில் மிட்டல் ஆரம்பத்தில் டெலிஃபோன்களை வெளிநாட்டிலிருந்து கொண்டு வந்து இந்தியாவில் விற்கத் தொடங்கினார். அப்படிக் கொண்டு வருவதை இந்திய அரசு ஒரு கட்டத்தில் தடை செய்தது. அப்போதுதான் அவர் தன் 'லேட்ரல் திங்கிங்'கைப் பயன்படுத்தினார். தொலைபேசியை முழுசாகத்தானே கொண்டு வரக்கூடாது? பகுதி பகுதியாகக் கொண்டுவரலாமல்லவா? அதற்கு அரசு தடை விதிக்கவில்லையே! இப்படி யோசித்து தொலைபேசியின் பகுதிகளை இறக்குமதி செய்து இந்தியாவில்வைத்து அவற்றை 'அசெம்பிள்' செய்து விற்றார்!

'உதய கீதம்' என்ற திரைப்படத்தில் 'பாடு நிலாவே' என்றொரு பாடல் பிரபலமானது. அதை எழுதியவர் கவிஞர் மு.மேத்தா. சிறையில் இருக்கும் காதலனும் வெளியே நின்று கொண்டிருக்கும் காதலியும் இரவு நேரத்தில் பாடுவதுபோல அந்தக் காட்சி இருக்கும். அந்த வரிகளைக் கொடுத்தபோது கவிஞரிடம் இளையராஜா ஒரு சந்தேகம் கேட்டார். வெளியில் நிலவொளியில் நின்றுகொண்டிருக்கும் காதலி 'பாடு நிலாவே' என்று பாடுவது சரி. ஆனால் சிறைக்குள்ளிருக்கும் காதலனும் அப்படிப் பாடுவது சரியாக இல்லையே, அவனுக்குத்தான் நிலா தெரியாதே என்று கேட்டாராம். உடனே கவிஞர் கொஞ்சம்கூட யோசிக்காமல், அப்படியானால் அவன் பாடும்போது 'பாடும் நிலாவே' என்று ஒரு 'ம்' போட்டுக்கொள்ளலாம் என்றாராம்! மெட்டும் மாறவில்லை, தர்க்கமும் சரியவில்லை! வித்தியாசமான கோணத்தில், ஒரு 'ம்'மில் தீர்ந்தது பிரச்னை! இந்த நிகழ்ச்சி பற்றி கவிஞரே என்னிடம் கூறினார். அந்த 'ம்'கூட 'லேட்ரல் திங்கிங்'தான்.

நமது ஈசாப் கதைகளில் ஒன்றுகூட 'லேட்ரல் திங்கிங்' பற்றிப் பேசுகிறது! எங்கே என்கிறீர்களா? ஜாடிக்கு அடியில் இருந்த

தண்ணீரைக் குடிக்கக் காகம் செய்த உபாயம்தான் அது. கீழே இருக்கும் தண்ணீர் மேலே வருவதற்குக் கூழாங்கற்களைப் போட வேண்டும் என்று அதற்குத் தோன்றியதல்லவா? மனிதர்களுக்கு முன்பே மாற்றி யோசித்த பித்ருக்கள் காகங்கள்தான் போலும்!

பைபிளில் வரும் ஜேக்கப்பின் கதையும் இப்படிப்பட்டதுதான்.

ஜேக்கப் என்று கிறிஸ்தவர்களும் யாக்கூப் என்று முஸ்லிம்களும் அவரைச் சொல்வார்கள். அவர் இறையருள் பெற்றவர். பைபிளில் அவருடைய கதை வருகிறது. தன் மகளை மணமுடித்தால் உடம்பில் புள்ளிகளுள்ள ஆடுகளை அவருக்குப் பரிசாகத் தருவதாக அவருடைய வருங்கால மாமனார் லபான் வாக்களித் திருந்தார். வரதட்சணை மாதிரி என்று வைத்துக்கொள்ளுங்களேன். ஆனால் அப்படிப்பட்ட ஆடுகள் அவரிடம் இல்லை. அவற்றை ஜேக்கப்தான் உருவாக்கி எடுத்துக் கொள்ளவேண்டும் என்பதுதான் லபானின் கருத்து.

நிபந்தனைக் காலம் முடிவதற்குள் உடம்பில் புள்ளிகளுள்ள ஆடுகளைப் பெருக்குவதற்காக ஜேக்கப் ஒரு உபாயம் செய்தார். மரப்பட்டைகளை உரித்து உள்ளே இருக்கும் வெள்ளைப் பகுதியைச் சின்னச் சின்ன வட்ட வடிவ உருண்டைகளாகச் செய்து, ஆடுகள் தண்ணீர் குடிக்கும் தொட்டிகளுக்குள் போட்டார். ஆடுகள் தண்ணீர் குடித்தபோதெல்லாம் அந்த வட்டமான வெள்ளைப் புள்ளிகளைப் பார்த்துக் கொண்டே தண்ணீர் குடித்தன. அதன் காரணமாக, அவைகள் போட்ட குட்டிகள் பலவற்றுக்கு உடம்பில் புள்ளிகள் ஏற்பட்டிருந்தன!

மிருகங்களுக்குக்கூட அவைகளுக்கே தெரியாமல் காட்சிப் படுத்தும் கலையை ஜேக்கப் கற்றுக் கொடுத்திருந்தார்! உலகில் முதன் முதலாக visualization உத்தியைப் பயன்படுத்தியவர் ஜேக்கப்பாகத்தான் இருக்கவேண்டும். அதுவும் ஆடுகளுக்கு! அந்த முதல் காட்சிப்படுத்துதலுக்குப் பயன்பட்டது அவரது 'லேட்ரல் திங்கிங்'!

'டேவிட் அண்டு கோலியாத்' என்ற நூலில் மால்கம் க்ளாடுவெல் இதுபற்றி விரிவாகப் பேசுகிறார். ஆனால் வேறொரு கோணத்தில். ராட்சசர்களை வாமனர்கள் வெல்வது எப்படி என்று அவர் அதில் விளக்குகிறார். பெரிசுகளை சிறிசுகள் எப்படி வென்றார்கள் என்ற உதாரணங்களக் கொடுக்கிறார். ஆனால் அந்த வரலாற்றில் அந்தச் சிறியவர்கள் செய்ததெல்லாம் எதிர்பார்ப்புக்கும், வழக்கத்துக்கும்

மாறான, புதிய செயல்கள். அவர்களுடைய வெற்றி அதனாலேயே உறுதிப்பட்டது. அப்படிப்பட்ட சில முக்கியமான நிகழ்வுகளை மட்டும் பார்க்கலாம்.

முதலில் ஒரு பைபிள் கதை. இஸ்ரவேலர்களுக்கும் ஃபிலிஸ்டைன்களுக்கும் நடந்த போரில் ஃபிலிஸ்டைன்கள் பக்கம் எதிரிகளோடு ஒண்டிக்கு ஒண்டி சண்டைபோட கோலியாத் இருந்தான். கோலியாத் ஒரு ராட்சசன். கிட்டத்தட்ட ஒன்பது அடி உயரம். மீன்களின் செதில்களைப்போன்ற வடிவத்தில் வெண்கலத்தில் நூற்றுக்கணக்கான டிசைன்கள் போடப்பட்ட கவச உடையை அணிந்திருந்தான். தலையிலும் தலைக்கவசம். இடுப்பில் ஒரு வாள். கையில் ஒரு ஈட்டி. இஸ்ரவேலர்களின் அணியிலிருந்து தன்னோடு சண்டையிடும்படி ஒரு வீரனை அவன் அழைக்கிறான். தோற்பவர்கள் ஜெயிப்பவர்களுக்கு அடிமையாக இருக்க வேண்டும். அதுதான் நிபந்தனை.

இஸ்ரவேலர்களின் அணியிலிருந்து போர்ப்பயிற்சி எதுவும் இல்லாத இடையரான டேவிட் விரைந்து வருகிறார். முதலில் அவரை அனுப்ப சால் மன்னருக்கு இஷ்டமில்லை. ஆனாலும் டேவிட்டின் உறுதியும் இறைநம்பிக்கையும் மன்னரை ஒத்துக் கொள்ள வைக்கிறது.

டேவிட்டின் கையில் வழக்கமான ஆயுதங்கள் எதுவுமில்லை. ஆனால் ஒரு கவண் மட்டும் இருந்தது. கோலியாத்தை நோக்கி ஓடிவந்த அவரைப் பார்த்ததும் கோலியாத் அவமானமடைந்தான். தன்னோடு சண்டையிட ஒரு சிறுவனா? அதுவும் ஆயுதங்கள் எதுவுமின்றி! 'வா, வா, என்னருகில் வா, உன்னைக் கொல்கிறேன்' என்று கர்ஜித்தான்.

ஆனால் ஓடி வரும் வழியில் பாறையைப்போன்ற சில கற்களை ஒரு பைக்குள் போட்டுக்கொண்ட டேவிட் அவற்றில் ஒன்றை கவணில்வைத்து அதிவேகமாகச் சுழற்றி கோலியாத்தின் வெற்று நெற்றியைக் குறிபார்த்து அடித்தார். அவ்வளவுதான். ஒரே அடி. கோலியாத் செத்துக் கீழே விழுந்தான். இதுதான் கதை.

இதில் நாம் கவனிக்க வேண்டிய விஷயங்கள் பல உள்ளன. கோலியாத்தின் உயரம், பலம், கவச உடைகள், ஆயுதங்கள் - இப்படி எதுவுமே டேவிட் வசம் இல்லை. ஆனால் அவற்றால் கோலியாத்துக்குப் பல பாதகங்கள் இருந்தன. அவனுக்கு இணையான இன்னொருவன் எதிரில் நின்று தாக்கினால்தான்

அவனால் திருப்பித் தாக்க முடியும். அவ்வளவுதான். ஆனால் அவனால் அவ்வளவு கனமான கவச உடையுடன் ஓடி வரமுடியாது. இவ்வளவு ஏன், அவனால் வேகமாக நடக்கக்கூட முடியாது. அதனால்தான் அவன், 'வா, வா' என்று எதிரியை தன் பக்கம் அழைத்தான்! அதோடு அவனது பார்வையிலும் பிரச்னைகள் இருந்தன. 'நானென்ன நாயா, என்னை நோக்கி கழிகளோடு வருகிறாய்?' என்றுவேறு கோலியாத் டேவிட்டைப் பார்த்துக் கேட்டான். டேவிட் வசம் ஒரே ஒரு கழிதான் இருந்தது! ஆனால் கோலியாத்துக்கு இரண்டு கழிகள் இருந்ததைப் போலத் தெரிந்திருக்கிறது!

உடல் பலத்தை மட்டும் நம்பியிருந்தான் கோலியாத். ஆனால் டேவிட்டுக்கு சாதகமாகப் பல விஷயங்கள் இருந்தன. ஆயுதங்கள் எதுவும் இல்லாததால் அவரால் எதிரியை நோக்கி எளிதாக ஓடிவர முடிந்தது. கவண் எறிவதில் அவர் விற்பன்னர். அதுபற்றிய பாலபாடம்கூட கோலியாத்துக்குத் தெரியாது. கோலியாத்தின் உடல் முழுக்க கவச உடையால் மூடப்பட்டிருந்தாலும் அவனது நெற்றி மூடப்படாமல் இருந்தது. அதுதான் அவனது பலவீனமான இடம். கிரேக்க ஹீரோ அக்கிலிஸுக்கு குதிகால் மாதிரி. மிகச் சரியாக அந்த இடத்தைக் குறிபார்த்து டேவிட் கவண் எறிந்தார். அதுவும் படுவேகமாகப் பாறைபோன்ற கல்லைக் கவணில் வைத்து அடித்தார். ராட்சசர்களை குட்டிக் கிருஷ்ணன் பந்தாடிய அழகான கதைகளை நாம் அறிவோம். அதுபோல பைபிள் நமக்குத் தரும் அற்புதமான கதைதான் டேவிட் கோலியாத்தின் கதை.

ஒரு கோலியாத்தை எதிர்கொள்ள நேர்ந்தால் நாம் என்ன நினைப்போம்? போச்சுடா, இன்றோடு தொலைந்தோம் என்றுதான் நினைப்போம். எப்போதுமே நாம் இப்படித்தான் தவறாக நினைக்கிறோம். வியட்நாமோடு நடத்திய போரில் அமெரிக்கா படுதோல்வி அடையவில்லையா? அந்த வரலாற்றுப் பாடங்களை நாம் உன்னிப்பாகப் பார்க்கத் தவறிவிட்டோம். ஆனால் டேவிட் வேறு மாதிரியாக சிந்தித்தார். அதுவே அவருடைய வெற்றிக்குக் காரணமாக அமைந்தது.

அந்தக் காலத்தில் போர் என்றால் மூன்றுவிதமான படைகள்தான் சாத்தியமாக இருந்தன. குதிரைப்படை, காலாட்படை, அம்பெய்தும் படை. ஆனால் கவண் எறிந்து கொல்லும் 'தொழில் நுட்பம்' அவர்களுக்கு முற்றிலும் புதியது. அவர்களுடைய கற்பனைக்கு எட்டாதது. டேவிட்டின் வெற்றியின் ரகசியமும் அதுதான்.

இஸ்லாமிய வரலாற்றில் அகழிப் போர் என்று ஒன்று நடந்தது. மக்காவில் இருந்த குறைஷியர் மதினாவிலிருந்த முஸ்லிம்களை அழிக்கப் பெரும் படையுடன் திரண்டு வந்தனர். ஆனால் அவர்கள் மதினாவுக்குள் வரமுடியாதவாறு பெரும் அகழிகள் மதினாவைச் சுற்றி வெட்டப்பட்டிருந்தன. குதிரைகளோடும் ஒட்டகங் களோடும் உள்ளே விழுந்தால் அவ்வளவுதான். அப்படிப்பட்ட ஒரு சூழ்நிலையை குறைஷிகள் அதுவரை வாழ்நாளில் சந்தித்தோ சிந்தித்ததோ இல்லை. முடிவில் வெற்றி முஸ்லிகளுக்குத்தான் கிடைத்ததென்று சொல்லவும் வேண்டுமா? அந்த வெற்றியின் பின்னால் இருந்தது நபிகள் நாயகத்தின் தோழர்களில் ஒருவராக இருந்த சல்மான் ஃபார்ஸி என்பவரின் மாற்றுச் சிந்தனை.

இன்னொரு வரலாறு 'லாரன்ஸ் ஆஃப் அரேபியா' என்று அறியப்பட்ட டி.இ.லாரன்ஸுடையது. முதல் உலகப் போர் முடிவுறும் காலகட்டத்தில் உதுமானிய துருக்கியர்கள் அரேபியாவை ஆக்கிரமித்திருந்தபோது, அவர்களுக்கெதிராக அரேபியர் சண்டையிட்டனர். அதில் அவர்களுக்கு உதவ பிரிட்டிஷ் அரசு முன்வந்தது. பிரிட்டிஷார் அனுப்பிய ஒரு முக்கிய ராணுவ அதிகாரிதான் லாரன்ஸ். தன் வசமிருந்த காட்டரபிகளுக்கு அவர் பயிற்சி கொடுத்தார்.

காட்டரபிகள் நாடோடிகளாக வாழ்ந்தவர்கள். ஒரு கைத்துப் பாக்கியால் சுடக்கூட அவர்களுக்குத் தெரியாது. ஆனால் துருக்கியர்களோ அரேபியா முழுவதும் ரகசிய ரயில்பாதைகள் போட்டிருந்தனர். சமைக்கப்படாத உணவைப்போல இருந்த காட்டரபிகளை வைத்துக்கொண்டு லாரன்ஸால் என்ன செய்யமுடியும்?

அதுதான் வரலாற்றில் நிகழ்ந்த அற்புதங்களில் ஒன்று. துருக்கியர் களிடம் ஆயுதங்களிருந்தன. ரயில்பாதைகள் இருந்தன. போர்ப் பயிற்சி இருந்தது. ஆனால் காட்டரபிகளிடம் இது எதுவுமே கிடையாது. ஆனால், அதையே அவர்களின் பலமாக மாற்றினார் லாரன்ஸ். எப்படி?

துருக்கியரிடம் இல்லாத பல விஷயங்கள் காட்டரபிகளிட மிருந்தன. வேகம், தனிமனித அறிவுக்கூர்மை, பாலைவன உஷ்ணத்தைப் பொறுத்துக்கொள்ளும் தன்மை, துணிச்சல் இவற்றோடு பாலைவனத்தின் இண்டுஇடுக்குகளெல்லாம் அவர்களுக்கு அத்துபடி. கொஞ்சூண்டு தண்ணீருடன் அவர்கள் ஒட்டகங்களில் ஏறிப் பாலைவனத்தில் எந்தப் பகுதிக்கும் வெகு

விரைவாகச் செல்ல முடியும். மணிக்கு கிட்டத்தட்ட 110 கிமீ வேகப்பயணம் அவர்களுக்குச் சாத்தியம். ஏனெனில், பாலை வனத்தில் எங்கெல்லாம் குடிநீர் கிடைக்கும் என்பது அவர்களுக்கு அத்துபடி.

துருக்கியர் ஏற்படுத்தியிருந்த ரகசிய ரயில் பாதைகள் அனைத்தும் குண்டுவைத்துத் தகர்க்கப்பட்டன. தண்டவாளங்கள் எல்லாம் பயன்படுத்த முடியாமல் செய்யப்பட்டன. இவ்விதமாக அவர்கள் அகபா என்ற இடத்தை அடைந்தபோது அவர்கள் 1200 துருக்கியர் களைக் கொன்றிருந்தனர். அரேபியர்களில் இரண்டு பேர் மட்டுமே இறந்திருந்தனர். பாலைவனத்தின் மையப்பகுதியின் ஊடாக வந்து அரேபியர் தாக்கலாம் என்பது துருக்கியர் கனவில் கூட நினைத்துப் பார்க்காதது.

இதை வரலாற்றில் நிகழ்ந்த அற்புதம் என்றுகூடச் சொல்லலாம். இதனால் லாரன்ஸுக்குக் கிடைத்த புகழுக்குப் பின் 'லாரன்ஸ் ஆஃப் அரேபியா' என்று ஒரு திரைப்படமும் எடுக்கப்பட்டது. மாற்றி யோசித்ததற்குக் கிடைத்த வெற்றிகள் அவை.

ஒரு பிரச்னைக்குத் தீர்வு காண புதிய கோணத்தில் சிந்திக்க வேண்டும். மாற்றி யோசிக்கவேண்டும். அதற்கு மனம் அமைதி யாக இருக்கவேண்டும். பிரச்னை என்றல்ல, வாழ்க்கையில் எந்த விஷயத்தில் வெற்றி வேண்டுமென்றாலும் மனதில் அமைதி இருந்தால்தான் அது சாத்தியம். இதுபற்றிக் கொஞ்சம் விளக்கமாகப் பார்க்கலாம்.

6

நெருப்பா ஒளியா?

> கோபம் என்பது ஒரு நி'அமத் (அருட்கொடை).
> ஏனெனில் அது தன்னை அடக்குவதற்கு உங்களுக்கு
> ஒரு வாய்ப்பு கொடுக்கிறது - ஹஸ்ரத் மாமா.

ஒரு ஊரில் ஒரு அசுரன் இருந்தான். அவனுக்குப் பசிக்கும்போதெல்லாம் ஒரு குறிப்பிட்ட உணவைத்தான் சாப்பிடுவான். மற்ற உணவு எதையும் எடுத்துக்கொள்ளமாட்டான். அப்படி யானால் அந்த உணவு எப்போதும் கிடைக்கும் உணவாக இருக்கவேண்டுமல்லவா? அந்த உணவு என்ன என்று யோசிக்கிறீர்களா? அசுரர்கள் மனிதர் களை உண்ணுவார்கள் என்று இதிகாசங்கள் கூறுகின்றன. ஆனால் இந்த அசுரன் ரொம்ப வித்தியா சமானவன். அவனுடைய உணவு என்ன தெரியுமா? சொன்னால் ஆச்சரியப்படுவீர்கள். ஆமாம். அவனுடைய உணவு கோபம்!

ஆமாம். மனிதர்கள் மற்றும் விலங்குகளின் கோபத்தை உண்டு அவன் நாளொரு மேனியும் பொழுதொரு தொந்தியுமாகப் பெருத்துக்கொண்டிருந் தான்! ஏனெனில் கோபம் அவனுக்கு மிகமிக அதிகமான அளவில் கிடைத்துக்கொண்டே இருந்தது.

அவனுக்குப் பசியெடுத்தால் அவன் ஒரு காரியம் செய்வான். குடும்பத்துக்குள் ஏதாவது குழப்பத்தை

ஏற்படுத்திவிடுவான். குடும்பத்தினர் ஒருவர்மீது ஒருவர் கோபம் கொண்டு கத்துவார்கள். சண்டைபோடுவார்கள். அடித்துக்கொள் வார்கள். பழிக்குப்பழி என்று வன்மம் வளர்ப்பார்கள். அதுபோதும் அவனுக்கு. அவர்கள் கோபம் அதிகமாக ஆக, இவனுடைய வயிறு பெருத்துக்கொண்டே போகும். பலமும் அதிகமாகிக்கொண்டே போகும்.

குடும்பச் சண்டை போதவில்லையென்றால், ஊருக்குள் சண்டையை ஏற்படுத்துவான். அதுவும் போதவில்லை என்றால் நாட்டுக்கு நாடு போரை உண்டாக்குவான். ஒரு நாட்டுக்கும் இன்னொரு நாட்டுக்கும் இடையில் வெறுப்பை வளர்ப்பது அவனுக்கும் ஒன்றும் பெரிய விஷயமாக இல்லை. அதற்காகவே காத்துக்கொண்டிருந்தது போலத்தான் நாடுகளும் செயல்பட்டன. கோபப்படவும் வன்முறையைத் துவக்கவும் அவர்கள் காத்துக் கொண்டிருந்தார்கள். ஒரு துரும்புக் காரணம் அவர்களுக்குப் போதுமானதாக இருந்தது. கோபத்துக்கு அடிமையாகும் இந்த மானிட குணங்கள் யாவும் அந்த அசுரனுக்கு ரொம்ப வசதியாகப் போயின. எந்த அளவுக்கு என்றால் கோப உணவை உண்டு அவனுக்கு ‘போர’டித்து விடும் அளவுக்கு!

சரி, கதை மேற்கொண்டு என்ன என்று கேட்கிறீர்களா? சொல்லத் தானே போகிறேன். அசுரனுக்கு ஒரு வினோதமான ஆசை வந்தது. மனிதர்களின் கோபத்தை உண்டு உண்டு அவனுக்குச் சலித்து விட்டது. இனி தேவர்களுக்கும் கடவுளர்களுக்கும் மத்தியில் கோபத்தை உண்டுபண்ணி அந்தத் தேவகோபத்தை உண்ண வேண்டுமென்று விரும்பினான்! அதற்காக ‘சக்கா’ என்ற கடவுள் இருந்த உலகத்துக்கு அவன் போனான். அங்கே பல தேவர்களும் குட்டிக்குட்டி கடவுளர்களும் இருந்தனர். அவன் போன நேரம் அவனுக்கு மிகவும் சாதகமாக இருந்தது. தலைமைக் கடவுளும் ராஜாவுமான சக்கா அங்கு இல்லை. அவர் எங்கோ சென்றிருந்தார். அவரது இருக்கை காலியாக இருந்தது. இதுதான் சரியான தருணம் என்றெண்ணிய அசுரன் சட்டென்று அந்த ராஜாக்கடவுளின் சிம்மாசனத்தில் போய் அமர்ந்துகொண்டான்.

அங்கு வந்த தேவர்களும் கடவுளர்களும் அதைக்கண்டு கடுமையான கோபம் கொண்டனர். ‘‘ஏ, அசுரனே! என்ன திமிர் உனக்கு! எங்கள் கடவுள் சக்காவின் இருக்கையில் நீ அமரலாமா?’’ என்று கொதித்தனர். அவர்கள் கோபத்தில் கொதித்து எழ எழ அசுரனுடைய உடல் பருத்துக்கொண்டே போனது. அவனுடைய பலமும் கூடிக்கொண்டே போனது. தேவர்களுடைய

சக்தியெல்லாம் குறைந்துகொண்டே சென்றது. அசுரன் சிரித்தான். அவர்களது கோபம்தான் அவனது உணவு என்று பாவம் அவர்களுக்குத் தெரியாது! அவர்கள் கோபம் அதிகரித்துக் கொண்டே போனது. அவனது சக்தியும்தான். கோப உணவின் நல்ல விளைவு அதிகமாகி, சிவப்பு நிறத்தில் ஒரு புகைபோல ஒன்று அசுரனின் உடம்பிலிருந்து வெளிவர ஆரம்பித்தது.

அந்த நேரத்தில் திடீரென்று அங்கே ஒரு ஒளி தோன்றியது. அது சக்காவின் ஒளி. அவர் வந்துவிட்டார். அவர் அருகே வந்தவுடன் அசுரன் சிரித்தான். உன் இருக்கையில் அமர்ந்திருக்கிறேன் பார்த்தாயா என்று கொக்கரித்தான்.

ஆனால் சக்கா கோபமடையவில்லை. அமைதியாக, ''வாருங்கள் நண்பரே, உங்கள் வரவு நல்வரவாகுக. நீங்கள் என் இருக்கையில் அமர்ந்தது என் பாக்கியம். எங்கள் விருந்தினராகிய உங்களுக்கு ஏற்ற கௌரவம் அதுதான். இதோ, உங்களுக்குப் பக்கத்தில் இருக்கும் இந்த சாதாரண இருக்கையில் நான் அமர்ந்து கொள்கிறேன். உங்களுக்கு மேற்கொண்டு என்ன வேண்டும் கேளுங்கள் நண்பரே, தரக் காத்திருக்கிறேன்'' என்றார் புன்முறுவலுடன்!

அவ்வளவுதான். அசுரனின் உடல் காற்றுப்போன பலூன் மாதிரி புஸ்ஸென்று மெலிந்துகொண்டே போனது. கோபத்துக்கு பதில் அன்பும் அமைதியும் சக்காவிடமிருந்து வரும் என்று அவன் எதிர்பார்க்கவே இல்லை. அவன் சக்தியெல்லாம் வடிந்து போயிற்று. இறுதியில் அவன் சக்தியின்றி, உணவின்றிச் செத்தே போனான்!

இந்தக் கதை எனக்கு மிகவும் பிடித்த கதை. நெருப்பை நெருப்பால் அணைக்க முடியாது. வெறுப்பை வெறுப்பால் வெல்ல முடியாது. அன்பும் மன்னிப்பும்தான் கோபத்துக்கு மாற்று. நெருப்பை நீர் ஊற்றித்தானே அணைக்கமுடியும்? அதைத்தான் புத்தரும் செய்தார்.

அவரிடம் ஒருவன் வந்து அவரைக் கன்னா பின்னாவென திட்ட ஆரம்பித்தான். ஏன்? அவனுடைய குலத்தில் இருந்து ஒருவர் ராஜ்ஜியத்தைத் துறந்து புத்தரின் சொல்கேட்டு மனம் மாறித் துறவியாகிவிட்டார். அந்தக் கோபம் அவனுக்கு. அவன் திட்டுவதையெல்லாம் புத்தர் அமைதியாகக் கேட்டுக் கொண்டிருந்தார். அவன் திட்டி முடித்ததும், ''நண்பரே,

உங்களுக்கு ஒருவர் சில பரிசுப்பொருள்களைக் கொடுக்கிறார். அவை உங்களுக்கு வேண்டாமென்றால் நீங்கள் என்ன செய்வீர்கள்?'' என்று கேட்டார்.

என்னடா இது! நாம் திட்டுகிறோம், இவர் கோபமடையாமல் கேள்விகள் கேட்டுக்கொண்டிருக்கிறாரே என்று ஆச்சரியப்பட்ட அவன், ''வேண்டாமென்றால் கொடுத்தவரிடமே பொருள்களைத் திருப்பிக் கொடுத்துவிடுவேன்'' என்றான்.

புத்தர் சொன்னார். ''ரொம்பச் சரி. இவ்வளவு நேரமாக ஏதேதோ சொற்களை என்னை நோக்கி வீசிக்கொண்டிருந்தீர்கள். அவற்றை நான் ஏற்றுக்கொள்ளவில்லை. நீங்களே எடுத்துக்கொண்டு போய்விடுங்கள். இனி அவை உங்களுடையவை''!

உங்களை மனிதர்கள் வெறுக்கவேண்டும் என்று விரும்புகிறீர்களா? அதற்குச் சிறந்த வழி கோபப்படுவதுதான்! ஆமாம், கோபப்படும் மனிதர்களை யாராவது விரும்புவார்களா?

எனக்கு ஒரு மாமா இருந்தார். நான் கோலி விளையாடிக் கொண்டிருப்பதைப் பார்த்தால் அவ்வளவுதான். என் கன்னத்தில் அறை விழும். கன்னம் பழுத்துவிடும். நான் அப்போது சின்னப்பையன். எனக்கு அந்த விளையாட்டு மிகவும் பிடிக்கும். ஆனால் அவர் என்னை அதற்காக ஏன் அடித்தார் என்று இப்போது நினைத்துப்பார்க்கிறேன். இப்போதும் காரணம் தெரியவில்லை. ஒருவேளை அவர் கோலிக்குண்டு விளையாடிக் கொண்டிருக்கும் போது அவர் மாமா அவரை அடித்திருக்கலாம். அல்லது குழந்தைகளை நம் கட்டுப்பாட்டில் வைத்திருக்க அவர்களை அச்சத்திலேயே வைத்திருக்கவேண்டும் என்ற தவறாகக் கொள்கையை அவர் பின்பற்றி இருக்கலாம். எது எப்படி இருப்பினும், விரும்பப்படாத ஒரு மாமாவாகவே அவர் ஆகிப்போனார். அதற்குக் காரணம் அவரது கோபம்.

ஒரு மனிதனின் கோபம் இன்னொரு மனிதனைக் காயப் படுத்துகிறது. ஆனால் கோபப்படும் மனிதருக்கு இது ஒருவகையில் வெற்றிதானே? அப்படியானால் கோபமானது கோபப்படுப வரையும் பாதிக்கிறது என்று மார்க் ட்வைன் சொன்னதன் அர்த்தம் என்ன என்று யோசித்தேன். இன்றைய விஞ்ஞானம் அதற்கான பதில்களை கொட்டிக்கொட்டிக் கொடுக்கிறது.

கோபம் வந்தால் உங்கள் இதயத்துடிப்பின் அளவு அதிகமாகிறது, ரத்த அழுத்தம் கூடுகிறது அல்லது குறைகிறது,

அட்ரீனலின்போன்ற ஹார்மோன்கள் தேவையற்ற வகையில் மிக அதிகமாகச் சுரக்கின்றன, ரத்த ஓட்டம் கண்களுக்கு அதிகமாகப் பாய்ந்து விழிகள் சிவக்கும் (கோபப்பார்வை), உள்ளங்கைகளுக்கு ரத்தம் பாயும் (அடுத்தவனை அடிக்க வசதியாக), முகத்தசைகள் பாதிக்கப்படும், வியர்க்க ஆரம்பிக்கும் - இப்படி இத்யாதி இத்யாதி.

இதனால் என்ன என்கிறீர்களா? ஒன்றுமில்லை, உங்களுக்கு ஹார்ட் அட்டாக் வரும் வாய்ப்பு அதிகம். மூளை பாதிக்கப்படும். (மூளை இருந்தால் கோபப்பட்டிருக்கவே மாட்டான் என்று நீங்கள் சொல்வது என் காதில் விழுகிறது)! அனஃப்லாக்சிஸ் என்ற நோய்வர வழிவகுக்கும்.

ஒரு அம்மா ரொம்பக் கோபக்காரியாக இருந்தாள். அடிக்கடி அவள் கோபம் என்ற உணர்ச்சிக்கு அடிமையாகிக்கொண்டே இருந்தாள். அப்படி ஒருமுறை கடுமையான கோபத்தில் இருந்தபோது தன் குழந்தைக்குத் தாய்ப்பால் கொடுத்திருக்கிறாள். அதைக் குடித்த குழந்தை இறந்து போனது! கோபம் தாய்ப் பாலை விஷமாக்கி விட்டது! இந்தத் தகவலை தாதாஜி என்று அழைக்கப்பட்ட மகான் வஸ்வானி அவரது ஒரு நூலில் கூறுகிறார். இப்படி இன்னும் சொல்லிக்கொண்டே போகலாம்.

இந்த விஞ்ஞான உண்மைகளெல்லாம் தெரியாத காலத்திலேயே பெரியவர்களெல்லாம் இந்த உண்மையை உள்ளொளியால் உணர்ந்திருக்கிறார்கள். அதனால்தான் 'ஆத்திரக்காரனுக்கு புத்தி மட்டு' என்றெல்லாம் பழமொழிகள் உள்ளன. நம் திருவள்ளுவர் 'வெகுளாமை' என்று ஒரு அதிகாரத்தையே இதற்காக ஒதுக்கி சினம் பற்றிய பத்து குறள்களை எழுதியுள்ளார். அதில் ஒன்று:

தன்னைத்தான் காக்கின் சினங்காக்க காவாக்கால்
தன்னையே கொல்லுஞ் சினம்

ஒருவன் தன்னைக் காத்துக்கொள்ளவேண்டுமானால் கோபப் படாமல் இருக்கவேண்டும். இல்லையெனில் அந்தக் கோபம் அவனையே கொன்றுவிடும் என்று கூறுகிறார். இதைவிட வெளிப்படையாகச் சொல்லவும் வேண்டுமா? அதுமட்டுமா?

செல்லா இடத்துச் சினந்தீது செல்லிடத்தும்
இல்அதனின் தீய பிற

என்றும் சொல்லியுள்ளார். நமது கோபம் பலிக்காத இடங்களில், உதாரணமாக நமது முதலாளிகள், எஜமானர்கள், 'பாஸ்'கள்,

நம்மைவிட வலிமையும் செல்வாக்கும் வாய்ந்தவர்களிடத்தில் கோபத்தைக் காட்டுவதால் பயனில்லை. அதனால் நமக்குத் தீமையே ஏற்படும். சரி, அப்படியானால், நம்மைவிட எளியவரிடத்தில் கோபத்தைக் காட்டலாமா என்றால் அதுவும் கூடாது! ஏன்? அப்போதும் நமக்கே தீமை என்கிறார் திருவள்ளுவர் பெருமான்! எந்த வழியில் கோபப்பட்டாலும் அது தீமையே விளைவிக்கும்! ஆஹா, ஞானம் என்பது இதுதான். ஞானமிக்க நமது தமிழ்ப் பாரம்பரியத்தில் இல்லாதது ஒன்றுமில்லை என்றே தோன்றுகிறது. ஆனால் நாம்தான் அதை இன்னும் புரிந்து கொள்ளாமல் இருக்கிறோம்.

தன் மனைவியின் கால்சிலம்புகளைத்தான் கோவலன் களவாடினான் என்று அவன் மீது கோபப்பட்டு பாண்டிய மன்னன் கோவலனுக்கு மரணதண்டனை விதித்து உயிர் பறித்தான். ஆனால் அவனுடைய கோபத்தின் விளைவு என்ன? அது தன்னுடைய கால்சிலம்புதான் என்று கண்ணகி நிரூபித்த பிறகு "யானே கள்வன்" என்று கதறிக்கொண்டு மன்னன் தன் இன்னுயிரை விட்டான். வள்ளுவர் சொன்ன உண்மையை 'சிலப்பதிகாரம்' அழகாகக் காட்சிப்படுத்துகிறது.

ஒருமுறை ஜனாதிபதி ஆப்ரஹாம் லிங்கன் சிறைச்சாலைக்குச் சென்று அங்கிருந்த போர்க்கைதிகளையெல்லாம் 'சாப்பிட்டீர்களா?', 'தூங்கினீர்களா?' என்று நலம் விசாரித்தார். "மிஸ்டர் லிங்கன், எதிரிகளோடு நடந்துகொள்ளும் முறை இதுவல்ல" என்று அவருடைய பெண் காரியதரிசி கூறினார். அதுகேட்ட லிங்கன், "உண்மைதான் மேடம். ஆனால் இப்போது அவர்களை நான் என் நண்பர்களாக்கிவிட்டேனில்லையா?" என்றார்! எவ்வளவு அறிவார்ந்த வார்த்தைகள்! கோபம் எதிரிகளைத்தான் உருவாக்கும். ஆனால் அன்பும் கருணையும் எதிரிகளையும் நண்பர் களாக்கிவிடும்!

சரி இதனால்தான் நாம் கோபப்படக்கூடாதா? இதுமட்டுமல்ல. கோபம் நம்மை அதன் அடிமையாக்கிவிடும். அதுதான் விஷயம். அலெக்சாண்டர் கிரீஸ் நாட்டுக்குத் திரும்பிக்கொண்டிருந்தார். கிரேக்கர்கள் இந்திய மகான்களையும் யோகிகளையும் விரும்பு கிறார்கள் என்று தெரிந்தவுடன் தன்னோடு ஒரு மகானையும் கூட்டிச் செல்லவேண்டும் என்று விரும்பினார். ஒரு யோகியைப் பார்த்து, "நான் அலெக்சாண்டர், நீங்கள் என்னோடு எங்கள் நாட்டுக்கு வாருங்கள்" என்று உத்தரவிட்டார். ஆனால் அந்த யோகியோ, "நான் எங்கும் வர விரும்பவில்லை" என்று

கூறிவிட்டார். அதுகேட்ட அலெக்சாண்டருக்கு வந்தது மகா கோபம்.

''நான் யார் தெரியுமா? உலகை வெற்றிகொண்ட மாவீரன் அலெக்சாண்டர். என்னோடா வர மறுக்கிறாய்? உன் தலையைச் சீவிவிடுவேன்'' என்று கூறினார். ஆனால் அந்த யோகியோ பயப்பட்டதாகத் தெரியவில்லை.

மாறாக, ''நீ உலகை வெற்றி கொண்டவனா? இருக்கவே முடியாது. நீ என் அடிமையில் அடிமை என்பதுதான் உண்மை''என்றார்!

அலெக்சாண்டருக்கு பயங்கர ஆச்சரியம். நான் அடிமையா? அதுவும் இவனது அடிமையின் அடிமையா? என்ன வினோதம் இது? ''எப்படி இப்படிச் சொல்கிறாய்?'' என்று கர்ஜித்தார்.

அப்போதும் கொஞ்சமும் கலங்காமல் அந்த ஞானி சொன்னார், ''கோபம் எனது அடிமை. நீயோ அதன் அடிமையாக இருக்கிறாய். அதனால்தான் அப்படிச் சொன்னேன்''!

அதற்குமேல் கதையில் என்ன நடந்திருக்கும் என்று நான் சொல்ல வேண்டியதில்லை. அலெக்சாண்டரும் புரிந்துகொண்டார். அவரும் ஒருவகையில் ஞானிதான். இல்லையென்றால் உலகையே வெற்றிகொண்ட அவர், ''நான் இறந்த பிறகு என் கைகளை மட்டும் பிணப்பெட்டிக்கு வெளியில் வைத்து, கைகளில் மண்ணை வைக்கவேண்டும்'' என்று கோரிக்கை வைப்பாரா? எவ்வளவு வெற்றிகொண்டாலும் எந்த மனிதனாலும் எதையும் எடுத்துச் செல்லமுடியாது என்ற உண்மையை தன் இறுதிக்கணத்தில் உணர்த்திய அவர் ஞானிதானே!

சரி, மறுபடியும் கோபப்படுவோம். பயப்படாதீர்கள். கோபம் பற்றிப் பார்ப்போம். அப்படியானால் ஒரு மனிதன் வாழ்நாளில் கோபமே படக்கூடாதா?

இது ஒரு நியாயமான கேள்வி. இதற்கு நியாயமான பதில்: கோபப் படலாம் என்பதுதான்! அப்படியானால் இதுவரை சொல்லிய தெல்லாம்? அதுவும் சரிதான். இதுவும் சரிதான்! என்ன புரியவில்லையா?

கோபத்தில் இரண்டு வகை உள்ளது. ஒன்று உங்களையே அழிக்கும் கோபம். இன்னொன்று தார்மிகமான கோபம். மேலே விவரித்த தெல்லாம் முதல்வகைக் கோபம். இரண்டாவது வகைக்கோபம்

அநியாயத்தை, அக்கிரமங்களைக் கண்டு பொங்கி எழுவது. இன்ன இடத்தில் பெண்கள் பாலியல் வன்முறைக்கு உட்படுத்தப் பட்டார்கள், குழந்தைகள் கொல்லப்பட்டார்கள் என்று செய்தி வரும்போது நமக்கு தார்மிகமான கோபம் வரவேண்டும். அந்தக் கோபம் உங்களை அழிக்காது. ஏனெனில் அது கோபப்படுவதல்ல. கோபத்தை வெளிப்படுத்துவது. இரண்டுக்கும் பாரதூரமான வித்தியாசம் உண்டு.

கோபப்படுவது நம்மை அடிமையாக்கிவிடும். நாம் அதன் கட்டுப்பாட்டுக்குள் வந்துவிடுவோம். உணர்ச்சிவசப்பட்டு விடுவோம். ஆனால் கோபத்தை வெளிப்படுத்தும்போது நாம் நமது கட்டுப்பாட்டுக்குள் இருப்போம். அதேசமயம் இது சரியல்ல என்று அநியாயத்தை நோக்கிய நமது எதிர்ப்பைக் கோபமாக வெளிப்படுத்துவோம். அப்படி வெளிப்படுத்தும்போது நாம் நம்மை அந்த உணர்ச்சியின் பிடியிலிருந்து விடுவித்துக்கொண்டு உண்மைகளை மட்டும் ஆணித்தரமாக, அழுத்தமாகச் சொல்வோம். பேசுவோம் அல்லது எழுதுவோம். அல்லது நமக்கே உரிய வகையில் வெளிப்படுத்துவோம்.

நாம் ஒரு ஓவியனாக, எழுத்தாளனாக இருந்தால் ஒரு ஓவியத்தின், ஒரு காவியத்தின் மூலமாக நம் கோபத்தை நாம் வெளிப்படுத்து வோம். அக்கிலிஸின் கோபத்தை ஹோமர் 'இலியட்' என்ற காவியாமாக்கினார். பாண்டவர்களின் கோபம் மஹாபாரதமானது. நாம் ஒரு இசையமைப்பாளராக இருந்தால் நம் கோபத்தை இசையாக்குவோம். ஷைகோவ்ஸ்கி போல. ஆனால் இப்படி யெல்லாம் செய்யும்போது நாம் கோபம் என்ற உணர்ச்சிக்குள் இருக்கமாட்டோம். அதற்கு வெளியே இருப்போம். முதல் வகையில் கோபம் நம் மீது ஏறி உட்கார்ந்து கொண்டு இங்கு போ அங்கு போகாதே என்று பட்டுப்படுத்தும். இரண்டாவது வகையில் நாம் கோபத்தின் மீது ஏறி உட்கார்ந்து கொண்டு அதை நமது உத்தரவுகளுக்கு ஏற்பச் செல்லும்படிச் சொல்வோம்.

இப்படிப்பட்ட கோபம் ஒரு தர்மம்கூட. நமது கடமைகளின் ஒன்று என்றுகூடச் சொல்லலாம். சில நேரங்களில் குழந்தைகளிடம் நாம் கோபத்தைக் காட்டவேண்டியுள்ளது. அவர்களை நெறிப்படுத்த. சில நேரங்களில் ஆசிரியர்கள் மாணவர்களிடம் கோபத்தைக் காட்டவேண்டியுள்ளது. அவர்களைச் சரிப்படுத்த. போகிற போக்கில் ஆட்டோ ட்ரைவர் நம்மீது சேற்றை வாரித் தெளித்து விட்டுச் சென்றால் அவன்மீது நம் கோபத்தைக் காட்டி அவனை வாய்மூட வைக்கவேண்டியது நமக்கு அவசியமாகிறது.

இந்த மாதிரியான தார்மிகக் கோபத்தை நாம் பழகிக்கொள்ள வேண்டும் என்றுதான் பாரதி 'ரௌத்திரம் பழகு' என்று கூறினான். நபிகள் நாயகம் சில சமயங்களில் கோபத்தை வெளிப்படுத்து வார்கள். கண்கள் சிவந்திருக்கும். உடல் நடுங்கும். ஆனால் வார்த்தையிலும் நடத்தையிலும் நிதானம் தவறாது. அவர்களது கோபத்தைப் புரிந்துகொண்டு உடனே மற்றவர் தம் நடத்தையைச் சரிப்படுத்திக்கொள்வர். இப்படிப்பட்ட கோபம் 'இமோஷனலி இண்டலிஜெண்ட்'-ஆன கோபம். இதில் யாருக்கும் தீமை விளையாது. நன்மையே விளையும்.

கோபம் பற்றிச் சில பெரியவர்கள் சொன்னதை கீழே எடுத்துக் காட்டியுள்ளேன். அவற்றைப் பற்றிச் சிந்தியுங்கள். உங்களுக்கு நிச்சயம் வெற்றி கிடைக்கும்:

- கோபத்தில் ஒரு காரியத்தைச் செய்ய ஆரம்பித்தால், முடிவில் வெட்கப்பட்டுத் தலைகுனிய வேண்டிவரும் - பெஞ்சமின் ஃப்ராங்க்லின்.

- முட்டாள்களின் இதயத்தில்தான் கோபம் குடியிருக்கும் - ஆல்பர்ட் ஐன்ஸ்டீன்.

- கோபம் என்பது தற்காலிக பைத்தியம். அதைக் கட்டுப் படுத்துங்கள். அல்லது அது உங்களைக் கட்டுப்படுத்திவிடும் - ஜி.எம்.ட்ரவெல்யன்.

- கோபம், வருத்தம், அச்சம் எல்லாம் உங்களுடையதல்ல. அவை உங்கள் மனதின் நிலைகள். அவை வரும், போகும். வந்துபோகும் எதுவுமே உங்களுடையதல்ல. அது நீங்களல்ல - எக்ஹார்ட் டாலி

இவர்கள் பேசியிருப்பதெல்லாம் முதல் வகைக் கோபம் பற்றித்தான். பாரதி சொன்ன ரௌத்திரம் பற்றியல்ல. இவ்வகைக் கோப உணர்ச்சியைக் கட்டுப்படுத்த நாம் சில வழிகளைக் கையாளலாம்:

- கோபம் வரும்போது உடனே அதை வெளிப்படுத்தாமல் கொஞ்சம் தள்ளிப்போடலாம். 100வரை எண்ணலாம்.

- கோபம் வரும்போது ஒரு க்ளாஸ் தண்ணீர் குடிக்கலாம். அது கோபத்தை நிச்சயம் குறைக்கும்.

- அமைதியாக ஒரு இடத்தில் அசைவின்றி உட்காரலாம்.

- யார் மீது கோபமாக இருக்கிறதோ அவருக்கு நம் கோபத்தை யெல்லாம் கொட்டி, பச்சை பச்சையாகத் திட்டி ஒரு கடிதம் எழுதி, எழுதி முடித்தவுடன் அதைக் கிழித்துக் குப்பைத் தொட்டியில் போட்டுவிடலாம். அப்போது நம் மனது ரிலாக்ஸ் ஆகிவிடும்.

இதுவரை நாம் இரண்டு விதமான கோபங்களைப் பற்றிப் பார்த்தோம். ஒன்று கோபப்படுதல். இன்னொன்று கோபத்தை வெளிப்படுத்துதல். கோபப்படுதல் எதிர்மறையானது. அதில் நாம் நம்மை இழந்துவிடுகிறோம். அது நெருப்பு மாதிரி. அது நம்மை அழித்துவிடும். ஆனால் இரண்டாவது வகை அப்படிப்பட்டதல்ல. அது தார்மிகக் கோபம். அது ஒவ்வொரு மனிதனுக்கும் இருக்கவேண்டும். வெளிப்படுத்தவும் படவேண்டும். அது உணர்ச்சிக்கு அடிமையாகாதது. அது நெருப்பு அல்ல. அது சுடும் ஒளி. வெயிலைப் போல.

முயற்சி செய்துதான் பாருங்களேன்.

7

வெற்றி விதிகள்

வெற்றி அடைந்தவனெல்லாம் தேடி அடைந்த வனல்ல. வெற்றி வந்து சேர்வதற்கான வாசலைத் திறந்து வைத்தான். அவ்வளவுதான் - ஹஸ்ரத் மாமா.

தியானங்களுக்கு செல்லுமுன் வெற்றிக்கான விதிகளில் முக்கியமான சிலவற்றைப் பார்த்து விடலாம். இந்த விதிகளை இதே வரிசைப்படிப் பின்பற்றப்படவேண்டும் என்று சொல்ல மாட்டேன். அப்படி யாரும் சொல்லவும் முடியாது. ஆனால் விதிகளைப் பின்பற்றித்தான் ஆகவேண்டும். இந்த உலகில் பெருவெற்றியடைந்த அனைவருமே தங்களுக்குத் தெரிந்தும் தெரியாமல் இவ்விதி களைப் பின்பற்றி இருந்திருக்கிறார்கள். இதைப் புரிந்துகொள்வது முக்கியம்.

எந்த அளவுக்கு வெற்றி பெறவேண்டும், எத்தனை துறைகளில் சாதிக்கவேண்டும் என்பதையெல்லாம் நீங்கள்தான் முடிவு செய்யவேண்டும். நம்முடைய மனம் எந்த அளவுக்குத் தயாராக இருக்கிறதோ அந்த அளவுக்குத்தான் நம்மால் பிரபஞ்சத்திலிருந்து பெற்றுக்கொள்ள முடியும். பிரபஞ்சம் ஒரு ஆற்றைப் போல ஓடிக்கொண்டே இருக்கிறது. நீங்கள் ஒரு ஸ்பூனைக் கொண்டு சென்றால் அந்த அளவுதான்

அள்ள முடியும். ஒரு வாளி கொண்டுபோனால் வாளி நிறைய அள்ளமுடியும். எந்த அளவுக்கு எடுக்கப்போகிறீர்கள்? நீங்களே முடிவு செய்துகொள்ளுங்கள்.

விதி 1

வெற்றி பெற வேண்டுமெனில் முதலில் நீங்கள் 100 சதவீதம் பொறுப்பேற்றுக்கொள்ளவேண்டும். எந்தத் தோல்விக்கும் ஏமாற்றத்துக்கும் அடுத்தவர்மீது பழி போடக்கூடாது.

நான் முப்பது ஆண்டுகளாகப் பேராசிரியராகப் பணியாற்றியுள்ளேன். வகுப்புக்கு காலதாமதமாக மாணவர்கள் வந்திருக்கிறார்கள். ஏன் தாமதம் என்ற கேள்விக்கு ஒரு மாணவர்கூட, 'சாரி சார், என்னால் இன்று லேட்டாகிவிட்டது. இனிமேல் தாமதமாகாமல் வர முயற்சி செய்கிறேன்' என்று சொன்னதில்லை. அந்த பஸ் வரவில்லை, அங்கே ரயில்வே 'கேட்' போட்டுவிட்டார்கள், அம்மா சமைக்கத் தாமதமாகிவிட்டது - இப்படித்தான் சொல்லியிருக்கிறார்கள்.

ஒருநாள் முல்லா நடுத்தெருவில் எதையோ தேடிக் கொண்டிருந்தார். என்ன தேடுகிறீர்கள் என்று ஒரு நண்பர் கேட்டார். சாவி விழுந்துவிட்டது, தேடிக்கொண்டிருக்கிறேன் என்றார் முல்லா. நண்பரும் முல்லாவுக்கு உதவியாகத் தேட ஆரம்பித்தார். ரொம்ப நேரமாகத் தேடியும் சாவி கிடைக்க வில்லை. 'முல்லா, சாவியை இங்கேதான் போட்டீர்களா?' என்று கேட்டார் களைப்படைந்திருந்த நண்பர்.

'இல்லை, சாவியை வீட்டில்தான் போட்டேன். ஆனால் அங்கே இருட்டாக உள்ளது. இங்கேதான் வெளிச்சமாக உள்ளது. வெளிச்சத்தில் தேடினால்தானே பொருள் கிடைக்கும்' என்றார் முல்லா!

நாமும் முல்லாவைப் போல்தான் நம் தவறுகள், தோல்வி களுக்கான காரணங்களை வெளியில் தேடிக்கொண்டிருக்கிறோம்.

விதி 2

நமது இன்று இப்படி இருப்பதற்குக் காரணம் நேற்றைய நமது எண்ணங்கள்தான். அதாவது நமக்கான இன்றை நாம்தான் நமது கடந்தகால எதிர்வினைகளின் மூலம் உருவாக்கியிருக்கிறோம். அப்படியானால் நமக்கான நாளையை நாம் இன்று உருவாக்க

முடியும். நம் எண்ணங்களை, எண்ணும் முறையை மாற்றிக் கொள்ளவேண்டும்.

ஒருமுறை லாஸ் ஏஞ்சல்ஸில் ஒரு பூகம்பம் ஏற்பட்டது. இரண்டு நாள் கழித்துப் போக்குவரத்து வெகுவாகப் பாதிக்கப்பட்ட சாலையில் ஒரு சி.என்.என். ரிபோர்டர் ஒரு காரின் கண்ணாடியைத் தட்டி இப்போது எப்படி உணர்கிறீர்கள் என்று கேட்டார். காருக்குள் இருந்தவர் கடுப்பாகி, 'நான் கலிஃபோர்னியாவை வெறுக்கிறேன். முதலில் தீப்பிடித்தது. பின்பு வெள்ளம் வந்தது. இப்போது பூகம்பம். நான் காலையில் எவ்வளவு சீக்கிரம் கிளம்பினாலும் வேலைக்கு ரொம்பத் தாமதமாகத்தான் செல்லப்போகிறேன்' என்றார்.

பின் ரிபோர்ட்டர் பின்னால் நின்றுகொண்டிருந்த காரின் கண்ணாடியைத் தட்டி அதே கேள்வியை அந்த காருக்குள் இருந்தவரிடமும் கேட்டார். 'ஒன்றும் பிரச்னையில்லை. நான் காலையில் ஐந்து மணிக்கே கிளம்பிவிட்டேன். நிறைய பாடல்கள் இருக்கின்றன. என் ஸ்பானிஷ் மொழிப் பாடங்களும் உள்ளன. செல் ஃபோன் இருக்கிறது. எனக்கான காஃபியும் ஃப்ளாஸ்க்கில் இருக்கிறது. படிக்க ஒரு புத்தகமும் இருக்கிறது. ஒன்றும் பிரச்னையில்லை' என்றார்!

ஒரே சூழ்நிலை. ஆனால் இருவரின் மனங்களுக்கிடையில் மடுவுக்கும் மலைக்குமுள்ள வித்தியாசம்! இரண்டாவது மனிதர் சொன்னதுதான் நமக்கான செய்தி. அவரைப் போலத்தான் நம் மனதை வைத்திருக்கவேண்டியது அவசியமாகிறது.

நீங்கள் எப்போதும் என்ன நினைத்துக்கொண்டிருப்பீர்களோ அப்படியே தொடர்ந்து நினைத்துக்கொண்டிருந்தால், உங்கள் வாழ்க்கையும் எப்போதும்போலத்தான் இருக்கும். 'இன்னால்லாஹ லா யுகய்யிரு மா பி கவ்மின், ஹத்தா யுகய்யிரு மா பி அன்ஃபுசிகும்' என்று ஒரு இறைவசனம் குர்'ஆனில் வருகிறது *(13:11)*. மனிதர்கள் தங்கள் உள்ளங்களில் உள்ளதை மாற்றிக்கொள்ளும்வரை தான் கொடுக்கின்ற அருட்கொடைகளில் எந்த மாற்றத்தையும் இறைவன் ஏற்படுத்தப் போவதில்லை என்று அந்த வசனம் மிகத் தெளிவாகக் கூறுகிறது. உள்ளே மாறாவிட்டால் வெளியே மாறாது. இந்தக் கட்டுரையின் ஆரம்பத்தில் ஹஸ்ரத் மாமா சொன்னதும் அதைத்தான்.

விதி 3

நாம் ஒவ்வொருவரும் ஒரு முக்கிய காரணத்துக்காக இந்த உலகுக்கு வந்திருக்கிறோம். என் காரணம் உங்கள் காரணமாக இருக்காது. அதைப்போல உங்கள் காரணம் என் காரணமாக இருக்காது. உங்களைப் பொறுத்தவரை வாழ்க்கையில் நீங்கள் பிறந்ததன் நோக்கமென்ன என்று நீங்கள்தான் கண்டுபிடிக்க வேண்டும். அதன்பிறகு, அதை ஏற்றுக்கொண்டு கௌரவப்படுத்த வேண்டும். அப்போதுதான் உயர உயரப் போவது சாத்தியமாகும். இதைக் கண்டுபிடிக்க நீங்கள் உங்கள் உள்ளுணர்வை நம்ப வேண்டும். அது தர்க்கம் பேசாது. ஆனால் எப்போதுமே பொய் சொல்லாது.

உதாரணமாக நாகூர் ரூமியாகிய நான், என் பேச்சின் மூலமாகவும், எழுத்தின் மூலமாகவும் இந்த சமுதாயத்துக்கு என்னால் முடிந்ததைச் செய்ய அனுப்பப்பட்டுள்ளேன் என்றே உணர்கிறேன். அதை நான் ஏற்றுக்கொள்கிறேன். அதைக் கௌரவப்படுத்தும் விதமாகவே நடந்துகொள்கிறேன்.

இந்த இரண்டையும் விட்டுவிட்டு ஒரு நடிகனாகவோ அரசியல்வாதியாகவோ ஓவியனாகவோ வணிகனாகவோ இருக்க முயலவில்லை. அவை எனக்கான துறைகள் அல்ல. பேச்சும் எழுத்தும்தான் எனக்கானவை. எனக்குத் தெரிந்துவிட்டது. அவ்வளவுதான். வேறு விஷயங்களில் நான் என் சக்தியை வீணடிக்கமாட்டேன். புரிகிறதா? இதேபோல, உங்களுக்கான துறை எது என்று தெரிந்துகொள்ளுங்கள். அதற்காக வாழுங்கள். அதை கௌரவப்படுத்துங்கள். நீங்கள் மேலே போவது நிச்சயம்.

இளையராஜாவுக்கோ, ஏ.ஆர்.ரஹ்மானுக்கோ இசைதான் பிரதானம். கமலஹாசன் நடிக்கவும், பாடவும், ஆடவும் செய்தாலும், அவருடைய உலகம் நடிப்பால் ஆனது. அதை இரண்டாம் நிலைக்குத் தள்ளிவிட்டு, உதாரணமாக, அவர் முழுநேரப் பாடகனாக இருக்க முயன்றால் அவருக்குத் தோல்வி தான் வரும் என்பதில் சந்தேகமில்லை.

சரி, நம் வாழ்க்கையின் முக்கிய நோக்கம் என்ன என்று எப்படித் தெரிந்துகொள்வது? அது ரொம்ப எளிது. எந்தக் காரியத்தை நீங்கள் காலம், இடம், ஏன், பசியைக்கூட மறந்து செய்ய முடிகிறதோ, எந்தக் காரியம் செய்தால் உங்களுக்கு வார்த்தைகளால் விவரிக்க முடியாத சந்தோஷத்தை உணர்கிறீர்களோ, அதற்காகத்தான் நீங்கள் பிறந்துள்ளீர்கள்.

ஆமாம். அந்தக் காரியத்தால் உங்களுக்கு வருமானம் இல்லாமல் கூட இருக்கலாம். ஏன், பண நஷ்டம்கூட ஏற்படலாம். ஆனாலும் நீங்கள் அதையேதான் செய்ய விரும்புவீர்கள். பதினெட்டு வயதில் சமுதாய மக்களுக்கு, அதுவும் கல்கத்தாவில் உள்ள ஏழைகளுக்கு சேவை செய்யவேண்டுமென்று அன்னை தெரசாவுக்குத் தோன்றிய மாதிரி. அதற்காக அவர் இந்தியா வந்து, வாழ்நாளை அர்ப்பணித்து சேவை செய்து உலகப் புகழ் எட்டிய மாதிரி. அரவிந்த அன்னை இந்து ஆன்மிகத்தின் உன்னதத்தைப் புரிந்துகொண்டு இந்தியா வந்து தன் வாழ்நாளை அர்ப்பணித்தாரே அதுமாதிரி.

அப்படியானால் வாழ்வின் நோக்கத்துக்காக, அதை நிறைவேற்று வதற்காக பணம் சம்பாதிக்காமல் கஷ்டப்படலாம் என்று சொல்ல வருகிறேனா நான்? இல்லவே இல்லை. பணம் சம்பாதிக் கத்தான்வேண்டும். அது ஒரு அவசியமான தேவை. ஆனால் அது ஒன்றே நம் வாழ்வின் நோக்கமல்ல. யாருடைய லட்சியமாகவும் அது இருக்க முடியாது. கோடி கோடியாகப் பணம் சம்பாதித்தவர் களின் வாழ்விலிருந்தே இதை நாம் புரிந்துகொள்ளலாம். பிஸினஸ் என்பது சேவை செய்யும் ஒரு முறையாகும். அதன் உபரி விளைவாகப் பணம் வந்து விழும் என்று My Life and Works என்று நூலில் சொல்கிறார் உலகின் முக்கிய கோடீஸ்வரர்களில் ஒருவரான ஹென்றி ஃபோர்டு. பில்கேட்ஸ், அம்பானி, வாரன் பஃபட், வள்ளல் சீதக்காதி, வள்ளல் அப்துல் ஹகீம் என்று யாருடைய வாழ்க்கையை அலசிப் பார்த்தாலும் நமக்குக் கிடைக்கும் செய்தி இதுதான்.

அடிப்படைப் பொருளாதார வசதியை ஏற்படுத்திக்கொள்ளாமல் சாதனை செய்யப் போகிறேன் என்று கிளம்புவதை ஏற்றுக் கொள்ளமாட்டேன். இந்த விஷயத்தில் மகாகவி பாரதியை ஏற்றுக்கொள்ளமாட்டேன். அவர் தன் குடும்பத்தை வறுமையில் வாடவிட்டார். அவருடைய கவிதை சாகாது. ஆனால் அவர் தன் குடும்பத்தை வறுமையில் வாடவிட்டார். மகாகவி பாரதியை ஒரு விதிவிலக்காக மட்டுமே நாம் எடுத்துக்கொள்ளவேண்டும். இலக்கியம் என்றால் அதில் நாம் ஷேக்ஸ்பியரைப் போல் வசதியாக வாழ்ந்திருக்கவேண்டும். அதே சமயம் இறவாப் புகழுடையை படைப்புகளைக் கொடுக்கவேண்டும். அதுதான் உண்மையான சாதனை. இந்தப் புரிந்துகொள்ளல் மிகவும் முக்கியமானதும் அவசியமானதுமாகும்.

உங்கள் வாழ்வின் நோக்கம் உங்களுக்குத் தெரிந்துவிட்டால் அதை எழுதி வைத்துக்கொள்ளுங்கள். தினமும் அதை எடுத்துப்

படியுங்கள். அது உங்கள் ஆழ்மனதில் பதிந்து உங்கள் வாழ்க்கையை மெல்ல மெல்ல நோக்கத்தை நோக்கிச் செலுத்தும்.

விதி 4 – காரண காரிய விதி
(The Law of Cause and Effect)

நல்லவர்கள் கஷ்டப்படுவதற்குக் காரணம் அவர்கள் பிரபஞ்ச விதிக்கு எதிராக ஏதோ செய்திருப்பதால்தான் என்று ஏற்கனவே பார்த்தோம். குறிப்பாக அவர்கள் இந்த விதியைத்தான் தவறாகப் பயன்படுத்தியிருக்கிறார்கள். அவர்களுக்குத் தெரியாமலே.

கடுமையான வயிற்றுவலி ஏற்படுகிறதென்றால் உடம்பு சொல்லச் சொல்லக் கேட்காமல் கன்னாபின்னாவென சாப்பிட்டிருக்கிறோம் என்று பொருள். முன்னது காரணம், பின்னது விளைவு!

நீங்கள் வெயிலில் நின்றால் வைட்டமின் 'டி' கிடைக்கும், உடலில் சூடு ஏறும். நிழலில் நின்றால் குளிர்ச்சியாக இருக்கும். ஆனால் வெயில் கிடைத்ததற்கும் நிழல் கிடைத்ததற்கும் நீங்கள்தான் காரணம்.

உங்கள் நம்பிக்கைகள் அடுத்தவர்களுக்கு பைத்தியக்காரத்தன மானவையாகத் தோன்றலாம். ஆனால் நீங்கள் அவற்றை உங்கள் மனதில் ஏற்றுக்கொண்டுவிட்டால் போதும் அவை உங்களைப் பொறுத்தவரை உண்மையாகிவிடும். அவையே உங்கள் வாழ்க்கையாகவும் பரிணமிக்கும்.

விதி 5 – ஈர்ப்பு விதி (The Law of Attraction)

ஒத்த விஷயங்கள் ஒத்த விஷயங்களைத் தன்னை நோக்கி இழுக்கும். நல்லது நல்லதையும் கெட்டது கெட்டதையும் இழுக்கும்.

பணம் மேலும் பணத்தையும் வறுமை மேலும் வறுமையையும் இழுக்கும். உங்கள் நினைப்பு திருப்பத் திரும்ப எதைப்பற்றி இருக்கிறதோ அதையே உங்களை நோக்கி இழுத்துவரும். ஐயோ, இந்தக் காய்ச்சல் பன்றிக்காய்ச்சலாக இருக்குமே என்று பலமுறை ஆழமாக நினைப்பீர்களேயானால், உங்கள் காய்ச்சல் சாதாரண காய்ச்சலாக இருந்தாலும் அது பன்றிக்காய்ச்சலின் விளைவை ஏற்படுத்தும். மனம் தனக்குத் தெரிந்ததைத்தான் இழுக்கும். அச்சப்படும் மனது அச்சமூட்டும் விஷயங்களையே தன்னை நோக்கி இழுக்கும். பயமாக இருந்தால் 'காஞ்சனாக்கள்'

அதிகமாவார்கள். குழப்பமாக இருந்தால் குழப்பம் அதிகமாகும். உங்களால் முடியாது என்று நம்பிவிட்டால் ஆண்டவனே உதவினாலும் உங்களால் முடியாது. இதைத்தான் டாக்டர் ப்ரூஸ் லிப்டன் தன் நூலின் மூலம் விஞ்ஞானப்பூர்வமாக நிரூபித்தார். உங்களுக்கு வேண்டியதை உருவாக்க, உங்களுக்குள் இருக்கும் சக்தியை நீங்கள் நம்பவேண்டும். தியானங்கள் அதற்குப் பெரிதும் உதவியாக இருக்கும்.

வாழ்க்கை ஒரு விளையாட்டு என்றால், பலர் நோய் என்ற விளையாட்டை விளையாடுகிறார்கள். பலருக்கு வறுமை விளையாட்டு. செல்வம் என்ற விளையாட்டை, ஆரோக்கியம் என்ற விளையாட்டை, வெற்றி விளையாட்டை, சந்தோஷ விளையாட்டை விளையாடத் தெரிந்தவர்கள் வெகுசிலரே. அந்தச் சிலரில் நாமும் ஒருவராக இருக்கவேண்டாமா? ஒரு துளி கடல் நீரில் கடலின் அத்தனை குணங்களும் இருப்பதுபோல, உங்களுக்குள்ளும் எல்லாம் இருக்கிறது. அதை உணர்ந்து கொள்வதுதான் நீங்கள் யார் என்பதைப் புரிந்துகொள்வது. அதற்கு தியானங்கள் நிச்சயம் உதவும்.

விதி 6 – உங்களை நீங்கள் நேசியுங்கள்

நீங்கள் எவ்வளவு தவறுகள் செய்தாலும், உங்களைப் பற்றிய உறுத்தல் உங்களுக்கு எவ்வளவு இருந்தாலும் சரி, அதை யெல்லாம் தூக்கித் தூரப் போட்டுவிட்டு உங்களை நீங்கள் முற்றிலுமாக மன்னியுங்கள். முற்றிலுமாக நேசியுங்கள். நேசித்துப் பாருங்கள். வாழ்க்கை எத்தனை அழகாக மாறுகிறது என்பது புரியும். உங்களில் ஒரு பகுதியை, ஒரு குணாம்சத்தை வெறுப்பதன் மூலம் உங்களால் உங்களுக்கு உதவவே முடியாது. உங்களைப் பற்றி நீங்கள் தெரிந்துகொள்கிற ஒரு கெட்ட செய்திகூட முடிவில் உங்களுக்கு நன்மையாகவே முடியும்.

அதேபோல, மற்றவர்களை வெறுப்பதும் உங்களை வெறுப்பதும் ஒன்றுதான். நீங்கள் அடுத்தவரை வெறுத்தால் உங்களுக்குள் உள்ள கோடிக்கணக்கான செல்கள் உங்களை வெறுக்க ஆரம்பிக்கின்றன என்கிறது இன்றைய விஞ்ஞானம். ஆனால் நமது மெய்ஞானம் பகைவரையும் நேசி என்று அன்றே சொல்லிவிட்டது!

விதி 7 – பார்க்காமலே நம்புங்கள்

எதையும் பார்த்தால்தான் நம்புவேன் என்று பிடிவாதம் பிடிப்பவர்கள் முன்னேறுவது கடினம். முக்கியமான உண்மைகள்

யாவுமே கண்ணுக்குத் தெரியாதவையாகவே உள்ளன. அதனால் தான் இந்திய மரபு இந்த உலகம் ஒரு மாயை என்று சூசகமாகச் சொன்னது. கண்ணுக்குத் தெரியாதவற்றில் நம்பிக்கை வைப்பவர் களுக்கு இந்த வேதநூல் வழிகாட்டும் என்று கூறுகிறது திருக்குர்'ஆன் (சூரா பகரா).

நமக்கு என்ன வேண்டும் என்று நாம் முடிவு செய்துவிட்டால் பின்னர் அது தொடர்பான தகவல்கள் நமக்குக் கிடைத்தவண்ண மிருக்கும். ஆனால் அதுவரை நம் கண்களுக்குத் தெரியாது. ஒரு குறிப்பிட்ட ப்ராண்ட் கார் வாங்கவேண்டும் என்று நாம் முடிவு செய்துவிட்டால் பின்னர் சாலையில் போகும்போது அந்த ப்ராண்ட் கார்கள் பல நம் கண்ணில் படும். அந்த கார்கள் அதற்கு முன்னர் சாலையில் போகவே இல்லை என்று அர்த்தமல்ல. அவை போய்க்கொண்டுதான் இருந்தன. ஆனால் நாம் கவனிக்கவில்லை. இலக்கு முடிவானதும் அவை கண்ணில் படுகின்றன.

கண்ணுக்குத் தெரியாத எல்லாமே கண்ணுக்குத் தெரிபவற்றை விடக் கற்பனை செய்யமுடியாத அளவுக்கு சக்தி வாய்ந்ததாகவே உள்ளன. உதாரணமாக காற்று, மின்சாரம். ஏன், கடவுள்?!

வெற்றிக்கான குறிப்புகள் போதும். தியானங்களுக்குச் செல்லலாமா?

8

தியானங்கள் எதற்காக?

தியானம் செய்வதை அவ்வப்போது நிறுத்தி விடுகிறீர்கள் என்றால் அதைவிட்டால் வாழ்க்கைக்கு வேறு வழியில்லை என்று உங்களுக்கு நம்பிக்கை வரவில்லை என்று அர்த்தம் - ஹஸ்ரத் மாமா.

வாழ்க்கையில் நமக்கு என்ன வேண்டும்?

ஒவ்வொருவருக்கும் ஒவ்வொன்று வேண்டும். ஒருவருக்குப் பெண், இன்னொருவருக்குப் பதவி, இன்னொருவருக்குப் பணம். இப்படியாக நமக்கான தேவைகள் ஒருவருக்கொருவர் மாறிக்கொண்டே இருக்கும்.

ஆனால் இவையனைத்தையும் ஒன்றிணைத்து எல்லா மனிதர்களுக்குமான தேவை இரண்டுதான் என்று சொல்லமுடியுமா? முடியும்.

ஒன்று, வெற்றி

இரண்டு, சந்தோஷம்.

அவ்வளவுதான். நீங்கள் யாராக இருந்தாலும் உங்களுக்குத் தேவை இந்த இரண்டுதான். ஒன்றின் விளைவாக இன்னொன்று இருக்கலாம். இந்த இரண்டையும் உங்களுக்குத் தரப்போவது உங்கள் வேலையோ, பணமோ, பதவியோ, மனைவி

மக்களோ, உறவினர்களோ, நண்பர்களோ அல்ல. இந்த இரண்டையும் பெற இவையெல்லாம், இவர்களெல்லாம் உதவலாம். ஆனால் இறுதியில் உங்களுக்கு உதவப்போவது ஒரே ஆள்தான்.

அது நீங்கள்தான்.

ஆமாம். உங்களை மாற்றிக்கொள்ள நீங்கள் தயாராக இல்லை யெனில் உங்களுக்கு ஆண்டவனால்கூட உதவிசெய்ய முடியாது. இறை நம்பிக்கையற்றவரா நீங்கள்? பரவாயில்லை. அப்படி யானால் உங்களுக்கு இந்தப் பிரபஞ்சத்தின் மூலம்கூட எந்த உதவியும் கிடைக்காது!

பிரபஞ்சம் என்று சொன்னவுடன் முக்கியமானதொரு செய்தி நினைவுக்கு வருகிறது. அதுதான் பிரபஞ்ச விதிகள். பிரபஞ்ச விதிகளைப் பின்பற்றினால் வெற்றி நிச்சயம். அவ்விதிகளைப் பின்பற்றுபவர் இளைஞரா, முதியவரா, குண்டா ஒல்லியா, உயரமா குள்ளமா, ஆரோக்கியமானவரா ஊனமுற்றவரா, கருப்பா சிவப்பா, ஆணா பெண்ணா குழந்தையா - இப்படி எதையும் பிரபஞ்சம் பார்ப்பதில்லை. விதிகளைப் பின்பற்றுபவர் எவராக இருந்தாலும் அவருக்கு உரிய கூலி, அதாவது வெற்றி, கிடைக்காமல் இருக்காது. அவ்விதிகளில் முக்கியமான சில விதிகளைப் பற்றித்தான் சென்ற கட்டுரையில் பார்த்தோம்.

நல்லவர்கள் பலர் கஷ்டப்படுவதை நாம் பார்க்கிறோம். அதற்குக் காரணம் கடவுளோ அவர்கள் தலைவிதியோ அல்ல. பிரபஞ்ச விதியில் ஏதோ ஒன்றை அவர்கள் கடந்த காலத்தில் உதாசீனப் படுத்தியிருக்கிறார்கள் என்று அர்த்தம்.

எல்லா வெற்றிகளுக்கும் பின்னால் கடுமையான பயிற்சிகளும் முன் தயாரிப்புகளும் முயற்சிகளும் உள்ளன. அதனால்தான் தெய்வத்தால் ஆகாதெனினும் முயற்சி தன் மெய்வருத்தக் கூலிதரும் என்று வள்ளுவர் சொன்னார். உங்கள் வெற்றியின் ரகசியம் என்ன என்று கேட்டபோது மூன்று முறை தொடர்ந்து ஹெவி வெய்ட் சாம்பியன் பட்டம் வென்ற முஹம்மதலி சொன்னார். 'கடவுள் மீது நம்பிக்கை, என் மீது நம்பிக்கை, தொடர்ந்த உடற்பயிற்சி'. ஒவ்வொரு நாளும் பத்து மணி நேரத்துக்குமேல் அவர் பயிற்சி செய்தார். அவருக்குக் கிடைத்தது மெய்வருத்தியதற்கான கூலி.

இந்த உலகில் சாதனை செய்த அனைவருக்குமே இது பொதுவானது. லட்சக்கணக்கான பேருக்கு வேலை வாய்ப்புக் கொடுத்திருக்கும்

இன்ஃபோசிஸ் நாராயண மூர்த்தி ஆரம்பத்தில் கம்பனியை உருவாக்கத் தன் மனைவியின் நகைகளையெல்லாம் அடகுவைத் திருக்கிறார்! கஷ்டங்கள் எல்லாம் உண்மையில் கஷ்டங்களல்ல. கடவுள் அல்லது இயற்கை உங்களுக்கு உதவுவதற்காகக் கொடுத்த வாய்ப்பு. உங்களைப் புடம்போடப் பயன்படுத்திய தீ. வெற்றிக்கு முன்னால் வரும் தோல்விகள் யாவும் வெற்றி போடும் மாறுவேடங்களே.

ஆனால் பிரபஞ்ச விதிகளின் அடிப்படையில் வெற்றிக்காக நீங்கள் உங்களைத் தயார் செய்யவில்லையானால் வெற்றி கிடைக்கவே கிடைக்காது. லாட்டரி சீட்டில் கோடி ரூபாய் பரிசு விழவேண்டு மென்று கடவுளிடம் பிரார்த்தனை செய்தால் விழுந்துவிடாது. முதலில் ஒரு லாட்டரி சீட்டை வாங்கியிருக்கவேண்டும்! இல்லை யெனில் எந்தக் கடவுளாலும் உங்களுக்கு உதவ முடியாது! குழந்தை வேண்டுமென்றால் ஒரு பெண்ணோடு அல்லது ஆணோடு உறவு கொள்ளவேண்டும்.

அப்படியானால் நாம் நம்மிடம் உள்ள எதை மாற்றிக்கொள்ள வேண்டும்? உடலை மாற்ற முடியாது. உயரத்தை மாற்றமுடியாது. நிறத்தை மாற்றமுடியாது. இப்படி மாற்றமுடியாத பல விஷயங்களுண்டு. சொல்லிக்கொண்டே போகலாம். ஆனால் ஒன்றை மாற்றினால் எல்லாமே மாறக்கூடிய சாத்தியமுண்டு. அது என்ன?

அதுதான் மனம்.

அகமாற்றம்தான் எல்லா புற மாற்றங்களையும் கொண்டுவரும். ஏழைகள் மேலும் ஏழைகளாகிக்கொண்டே போகிறார்கள். பணக்காரர்கள் மேலும் பணக்காரர்களாகிக்கொண்டே போகிறார்கள் என்று அரசியல்வாதிகள் மேடைகளில் முழங்கு வதை நாம் கேட்டிருக்கலாம். அது உண்மை. அப்படித்தான் நடக்கும். எந்த அரசாங்கம் வந்தாலும் ஏழைகள் மேலும் மேலும் ஏழைகளாகிக்கொண்டுதான் இருப்பார்கள். பணக்காரர்கள் மேலும் மேலும் பணக்காரர்களாகிக்கொண்டேதான் இருப்பார்கள். அதுதான் விதி. விதி என்றால் தலைவிதி அல்ல. மாற்றமுடியாத rule அல்லது law என்ற அர்த்தத்தில் சொல்கிறேன். பிரபஞ்ச விதி.

ஏன் அப்படி? ஏழைகள் எழைகளாகவே இருக்க விரும்புகிறார்கள் என்பதுதான் மறைந்திருக்கும் உண்மை! இரண்டு உதாரணங்கள் சொல்கிறேன். நான் வேலை பார்க்கும் ஊரில் உள்ள ரயில்வே

ஸ்டேஷனில் ஒரு பிச்சைக்காரர் இருக்கிறார். ஒரு கை இல்லாதவர். வருவோர் போவோரிடமெல்லாம் 'தம்பி, தம்பி' என்று தன் ஊனமுற்ற கையைத் தூக்கிக் காட்டி பிச்சை கேட்பார். கடந்த முப்பது ஆண்டுகளாக அவர் பிச்சை எடுத்துக்கொண்டே இருக்கிறார். ஆனால் ரொம்ப சந்தோஷமாக இருக்கிறார்! ஏனென்றால் எந்த வேலையும் செய்யாமல் ஒரு நாளைக்கு அவருக்கு அய்ம்பது அல்லது நூறு ரூபாய்வரை கிடைத்து விடுகிறது. அது போதும் அவருக்கு.

அந்த இலவச சுகத்திலிருந்து விடுபட அவர் விரும்பவில்லை. அவர் தொடர்ந்து பிச்சைக்காரராகவே நீடிப்பதற்கு அவர்தான் காரணம். பிச்சை எடுக்காதவராக அவர் கனவுகூடக் காண மாட்டார். அப்படி ஒரு கனவு அவருக்கு வர சாத்தியமே இல்லை. அதிகபட்ச டினாமினேஷனான ஆயிரம் ரூபாயை யாராவது அவர் தட்டில் பிச்சை போடுவதாகத்தான் அவருக்குக் கனவு வரும்! ஏனெனில் அவருக்கு இருப்பது பிச்சைக்கார மனநிலை. அல்லது வறுமை மனநிலை.

எனக்குத் தெரிந்த பெண்ணொருத்தி இருக்கிறாள். அவளும் அவளுடைய கணவரும் மாமியார் வீட்டிலேயே, அவளுடைய அம்மா வீட்டிலேயே 'டேரா' போட்டிருக்கிறார்கள். பல ஆண்டுகளாக. கணவர் ஏன் மாமியார் வீட்டிலேயே இருக்கிறார்? அவர் வீட்டுக்குப் போனால் அங்கே நல்ல உணவு வகைகள் கிடைக்காது! சரி, மனைவி என்ன செய்கிறாள்? தன் சகோதரர்கள் வெளிநாட்டிலிருந்து அனுப்பும் பணத்தைப் பயன்படுத்திக் கொண்டிருக்கிறாள். தனக்கும், அவளுடைய இரண்டு குழந்தை களுக்கும், அவளுடைய கணவனுக்குமாக. தன் சகோதரனின் மனைவிக்காகக் கொடுக்கப்பட்ட ஏசி அறையில் போய்ப்படுத்துக் கொள்கிறாள். அடுத்தவருக்கு வைத்த உணவுப்பண்டங்களைத் திருட்டுத்தனமாக கபளீகரம் செய்கிறாள்.

இப்படியெல்லாம் செய்வதனால் அடுத்தவரை ஏமாற்றிவிட்டோம் என்று நினைக்கிறாள். ஆனால் 'ஓசி'யில் உடல் வளர்க்கும் சுகத்தில் அவள் அவளையே ஏமாற்றிக்கொண்டிருக்கிறாள். அவளுடைய வறுமை மனநிலையை நிரந்தரமாக்கிக் கொண்டிருக்கிறாள். இதனால் என்ன ஆகும்? அவள் சாகும்வரை அடுத்தவரை நம்பி, அடுத்தவரிடம் கையேந்தியே இருக்க வேண்டிவரும். முஸ்லிம்களின் பாஷையில் சொன்னால் அவளுக்கும் அவள் கணவருக்கும் 'பரக்கத்' (நிறைவு) வரவே

வராது, 'ரிஸ்க்' (அவளுக்கான உணவு, உடை, உறைவிடம்) கிடைக்கவே கிடைக்காது.

வெற்றி பெறுவதற்குச் சிறந்ததொரு வழி நோக்கத்துக்கு மாறுபட்ட எதிலும் மனதை ஒட்டவிடாமலிருப்பது. இதைப்பற்றித்தான் Law of Detachment என்று வால்யூம் வால்யூமாக ஆங்கிலத்தில் எழுதிக் கொண்டிருக்கிறார்கள். ஒரு விஷயம் நமக்குக் கிடைக்க வேண்டுமென்றால், அது கிடைக்கவேண்டும் என்ற தீவிரமான பற்றி எரியும் ஆசையோடு நாம் செயல்படவேண்டும். அதேசமயம், அது கிடைக்காவிட்டாலும் பரவாயில்லை என்பதை மனதார ஏற்றுக்கொண்டு செயல்படவேண்டும் என்று கூறுகிறது 'லா ஆஃப் டிடாச்மெண்ட்'! வெற்றியைக் கண்டு வியர்க்காமல் இருக்க வேண்டுமென்றால் தோல்வியைக் கண்டு துவளாமல் இருக்கவேண்டும். அப்படி இருந்தால்தான் வெற்றிமேல் வெற்றி வரும். 'லா ஆஃப் டிடாச்மெண்ட்' சொல்வது அதுதான்.

ராமன் பதறாமல் இருந்ததனால்தான் அவனுக்கு ராஜ்ஜியம் திரும்பக் கிடைத்தது பற்றி ஏற்கனவே பார்த்தோம். கைகேயியின் நிபந்தனைகளை ஏற்றுக்கொண்டதால் ராமன் எதையும் இழந்துவிடவில்லை. மாறாக, புதிய புதிய அனுபவங்கள் அவனுக்குக் கிடைத்தன. பிறன்மனை விழைந்த ராவணனுக்கு அழிவு ஏற்பட்டது. இன்னும் எவ்வளவோ. ராமன் செய்ததுதான் மிகச்சரி. அது தர்க்க ரீதியான செயல்பாடாக நமக்குத் தோன்றா மலிருக்கலாம். ஆனால் வெற்றி என்பது தர்க்கத்தைப் பார்த்து வருவதல்ல. நிதானத்தைப் பார்த்து வருவது. பிச்சைக்காரன் ராஜாவாக முடியாது. இது தர்க்கம். ஆனால் யானை மாலை போட்டால் ஆகலாம். இது சரித்திரம். நாம் நிதானமாக இருந்தால் யானைகள் நம் கழுத்தில் மாலை போடும். நிச்சயம்.

ஆனால் நிதானமான மனநிலை ஒருவருக்கு வேண்டுமென்றால் அதற்கு தியானம்தான் சிறந்த வழி.

அப்படியானால் என்ன செய்யவேண்டும்?

மனம் மாறவேண்டும்.

மனம் மாற ஒரே வழிதான் உண்டு. எடுத்துச் சொல்லிப் புரியவைத் தெல்லாம் மனதை மாற்றமுடியாது. ஏனெனில், புரிவதெல்லாம் அறிவுக்குத்தான். அது மூளை சம்பந்தப்பட்டது. மூளையால் ஒரு விஷயத்தைத் தெளிவாகப் புரிந்துகொள்ளமட்டும்தான் முடியும். அதையொற்றி மனிதனைச் செயலாற்ற வைக்கமுடியாது.

குடிப்பழக்கத்தால் எவ்வளவு தீமைகள் ஏற்படும் என்று நம்மைவிட டாக்டர்களுக்குத் தெரியுமல்லவா? ஆனாலும் குடிப்பழக்கத்துக்கு அடிமையான எத்தனையோ டாக்டர்கள், செயின் ஸ்மோக்கர்ஸ், ட்ரங்கர்ட்ஸ் இருப்பது நமக்குத் தெரியும் தானே!

ஏனெனில் பழக்கமென்பது ஆழ்மனதுக்குள் இறங்கிக்கிடப்பது. மூளையில் உள்ள செல்கள் மட்டும் ஒரு கூட்டம் போட்டு ஒரு தீர்மானம் நிறைவேற்றுவதால் எதுவும் நடக்கப் போவதில்லை.

புகைபிடிப்பதை நிறுத்துவது கஷ்டமா என்று மார்க் ட்வைனிடம் கேட்டார்கள். அதற்கு அவர், ''ச்சே, ச்சே, அது ரொம்ப ஈஸி. நான் எத்தனையோ தடவை நிறுத்தியிருக்கிறேனே'' என்றாராம்!

எதையும் நடைமுறைப்படுத்துவதற்கு விடா முயற்சியும் தொடர்ந்த பயிற்சியும் வேண்டும். அதற்கு மனம் பக்குவப்பட வேண்டும்.

அதற்கும் ஒரே ஒரு வழிதான் உண்டு.

அதுதான் தியானம் செய்வது.

அப்படியானால் எந்த தியானம் என்று கேட்டீர்களேயானால் அதற்கான பதில், எந்த தியானமும் என்பதுதான். ஏனெனில் எல்லா தியான முறைகளிலும் ஒரு ரகசியம் பொதிந்து கிடக்கிறது. சாதாரண மூச்சுப் பயிற்சி, ப்ராணாயமா, விபாசனா, சுதர்ஷன் க்ரியா, நான் சொல்லித்தரும் ஆல்ஃபா தியானம், யோகாசனங்கள், டைனமிக் தியானம், எண்ணங்களைக் கவனித்தல், உள்ளே உற்றுப்பார்த்தல், சம்யமா, முராகபா, முஹாசபா, முகாஷஃபா போன்ற சூஃபிப் பயிற்சிகள், சித்தர்களின் வழிமுறைகள் - இப்படி எதைச் செய்தாலும் சரி, எல்லா தியானங்களும் உங்களிடம் நிச்சயமான ஒரு விளைவை ஏற்படுத்தும். தியானங்களுக்கிடையே இருக்கும் ஒற்றுமை என்று அதைப் புரிந்துகொள்ளலாம்.

அது என்ன?

உங்கள் மனதை அது அமைதிப்படுத்தும். உடலையும் மனதையும் நிதானமடையச் செய்யும். உங்களைச் சிந்திக்க விடாது. எண்ணங்களற்ற வெறுமையில் மனம் சில கணங்கள் இருக்கும். மனமற்ற நிலை சில கணங்களுக்காவது உண்டாகும். இரண்டு எண்ணங்களுக்கு மத்தியிலே வருகிற அந்த ஏதுமற்ற இடை

வெளியில் நீங்கள் சில கணங்களுக்காவது இருப்பீர்கள். அந்த நேரத்தில் அல்லது கணத்தில் உண்மையில் நீங்கள் யார், உங்களால் என்னவெல்லாம் செய்யமுடியும் என்று தெரிந்துவிடும். அந்த நிலை நீடிக்குமானால் அது கூடுதல் நன்மைகளைக் கொண்டுவரும். அந்த நிலைகளுக்குப் பழகிவிட்டால் நன்மைகள் நிரந்தரமாகும்.

ஒரு குரு ஒரு சீடனுக்குப் பல பயிற்சிகளைச் சொல்லிக் கொடுத்தார். ஒரு நாள் சீடன் எந்த அளவுக்குத் தெளிவாக இருக்கிறான் என்று பரிசோதித்துப் பார்க்க விரும்பி அவனிருக்கும் இடத்துக்கு மாறுவேஷத்தில் சென்றார். ராஜா யானைமீது ஊர்வலமாக அப்போது வந்துகொண்டிருந்தார்.

குரு சீடனைப் பார்த்து, 'இங்கே என்ன நடக்கிறது?' என்று கேட்டார்.

கேட்பது குரு என்று புரிந்துகொள்ளாத சீடர், 'என்ன நடக்கிறதா, ராஜா யானை மீது ஊர்வலமாக வந்துகொண்டிருக்கிறார்' என்றார்.

'அப்படியா சரி, புரிந்துவிட்டது. ஆனால் ஒரு சந்தேகம். ராஜா யார், யானை எது?' என்று குரு கேட்டார்.

சீடருக்கு ஆச்சரியம். இப்படிக்கூட ஒரு முட்டாள் இருப்பானா என்று யோசித்துவிட்டு,

'அதோ யானை மேலே உட்கார்ந்திருப்பது ராஜா, கீழே இருப்பது யானை' என்றார்.

உடனே குரு, 'ஆஹா, இப்போது புரிந்துவிட்டது. ஆனால் மேலே, கீழே என்றீர்களே, மேலே என்றால் என்ன, கீழே என்றா என்ன?' என்று கேட்டார்.

கடுப்பாகிப்போன சீடர் சட்டென்று குருவின் தோள்மீதேறி உட்கார்ந்துகொண்டு, 'இப்போது நான் மேலே இருக்கிறேன். நீ கீழே இருக்கிறாய்' என்றார்.

'ஆஹா, புரிந்துவிட்டது. ஆனால் இன்னும் ஒரு சந்தேகம், நான் என்றீர்கள், பிறகு நீ என்றீர்கள். நான் என்றால் என்ன, நீ என்றால் என்ன?' என்று கேட்டார்!

அந்தக் கேள்விக்குப் பிறகுதான் மாறுவேஷத்தில் இருந்தவர் தன் குருநாதர் என்பது சீடருக்குப் புரிந்தது! இந்தக் கதையை ஸ்ரீ ரமணர் சொல்கிறார்!

தியானங்கள் செய்தால் நீங்கள் யார் என்பது தெரியும். நான், நீ என்பதற்கிடையில் வேறுபாடில்லை என்பதும் புரியும். சரி, இதெல்லாம் ஆன்மிக உண்மைகள். வெற்றிகரமான வாழ்க்கைக்கும் இதற்கும் என்ன தொடர்பு என்ற கேள்வி எழலாம்.

ஆன்மிக வாழ்வு, சாதாரண வாழ்வு என்று தனித்தனியாக இரண்டில்லை. ஆன்மிகம் என்பது வேறு உலகமல்ல. அது இமயமலைச் சாரலிலும், காடுகளிலும், குகைகளிலும் தவம் செய்பவர்களுக்கு மட்டும் வாய்ப்பதல்ல.

புத்தருக்குக் காடு. பாபாவுக்கு இமயமலை. பரமஹம்சருக்கு பஞ்சவடி. ஜீசஸுக்கு மலையுச்சி. முஹம்மது நபிக்கு ஹீரா குகை. நமக்கு அவை மொட்டைமாடியாக இருக்கலாம். நம் படுக்கை யறையாக இருக்கலாம். ஏன், ட்ராஃபிக் சிக்னலாகக்கூட இருக்கலாம். நமது மனநிலையைப் பொறுத்து, நமது தீவிரத்தைப் பொறுத்து எதுவும் எதுவாகவும் மாறும் சாத்தியமுண்டு என்பதையும் ஏற்கனவே சொன்னோம்.

என் குருநாதர் ஹஸ்ரத் மாமா அவர்கள் ஒரு சாய்வு நாற்காலியில் சாய்ந்துகொண்டு, ஒரு க்ளாஸில் டீ அருந்திக்கொண்டு, இன்னொரு கையில் ஃபில்டர் வைத்த சிகரெட் புகைத்துக்கொண்டுதான் இருப்பார். ஆனால் அவர் ஊதிய சிகரெட் புகைகளினால் (அப்போது கிடைத்த யோசனைகளினால்) எத்தனையோ பேரின் கேன்ஸர் குணமாகியிருக்கிறது. அதற்கெல்லாம் நானே சாட்சி.

ஒருவர் என்ன உடை உடுத்தியிருக்கின்றார், எப்படி, எங்கே அமர்ந்திருக்கிறார் என்பதல்ல முக்கியம். அவரது மனம் எப்படி இருக்கிறது, அது எந்த அளவு பண்பட்டிருக்கிறது, அவருடைய எண்ணம் எந்த அளவு தீவிரமானது என்பதுதான் முக்கியம்.

ஓரளவுக்கு ரகசியங்களைச் சொல்லிவிட்டேன். இனி முக்கியமான தியான முறைகளுக்குச் செல்லலாம்.

9

தியானங்கள் பழகலாம்

பயிற்சியை உங்கள் உயிரைவிட மேலாகக்
கருத வேண்டும் - ஹஸ்ரத் மாமா

மூச்சுப் பயிற்சிதான் நாம் செய்யவேண்டிய முதல் பயிற்சி. மூச்சைப்பற்றி நான் விரிவாக என் அடுத்த விநாடி, இந்த விநாடி, அதே விநாடி, ஆல்ஃபா தியானம் ஆகிய நூல்களில் விரிவாக எழுதியுள்ளேன். இங்கே முக்கியமான இரண்டு பயிற்சிகளைப் பற்றியும் அவற்றின் முக்கியத்துவத்தைப் பற்றியும் சொல்லப்போகிறேன்.

பயிற்சி என்று சொல்வதைவிட தியானம் என்றே சொல்லலாம். சூஃபிகள் பாஷையில் 'ரியாலத்' என்று சொல்வார்கள். எனக்கு என் குருநாதர் ஹஸ்ரத் மாமா கொடுத்த முதல் ரியாலத் மூச்சு தியானம்தான்.

நாம் அனைவரும் உயிர் இருக்கும்வரை மூச்சு விட்டுக்கொண்டிருக்கிறோம். நமக்குத் தெரியாமலே அந்தக் காரியம் நடந்துகொண்டிருக்கிறது. நாம் விழித்திருந்தாலும் சரி, உறங்கிக்கொண்டிருந்தாலும் சரி. ஒரு நாள்கூட, ஒரு கணத்துக்குக்கூட அது நடக்கத் தவறுவதே இல்லை. தவறினால் நாம் இருக்கமாட்டோமே!

ரியாலத் ஒன்று

இது புத்தர் இறுதியாகச் செய்த தியானச் செயல்பாடு என்று சொல்லப்படுகிறது. நாம் செய்யப்போகின்ற முதல் தியானமும் இதுதான். இது ரொம்ப எளிமையான தியானம். சின்னக் குழந்தைகள் கூடச் செய்யலாம். தப்பான ஒரு விளைவுகூட இதனால் ஏற்படாது.

நன்மைகள்

முதலில் இந்த தியானத்தினால் ஏற்படப்போகும் நன்மைகளைப் பற்றிச் சொல்லிவிடுகிறேன். இந்த தியானத்தை விடாமல் தினமும் செய்ய அது உங்களைத் தூண்டலாம்.

1. மனம் அமைதியடையும்
2. மனம் ஒரு புள்ளியில் குவியும் (இது வாழ்க்கையில் வெற்றி பெறுவதற்கான முதல் தகுதி என்று சொல்லலாம்).
3. உணர்ச்சி கட்டுப்பாட்டில் வரும்
4. கோபம், பயம்போன்ற எதிர்மறை உணர்ச்சிகள் நேர்மறையாக மாறும்.
5. தோல்வி மனப்பான்மை மாறி வெற்றி மனப்பான்மை வரும்
6. கஷ்டப்பட்டு முடித்த காரியங்களெல்லாம் இலகுவாக முடிய ஆரம்பிக்கும்
7. நோய்கள் நீங்கி உடல் ஆரோக்கியமடையும்
8. உங்கள் 'காரக்ட'ரே மெல்ல மெல்ல மனிதர்கள் விரும்புமாறு மாறும்.

இன்னும் நிறைய சொல்லலாம் ஏனெனில் மூச்சு ஒரு பொக்கிஷம். அதில் அறியப்படாத பல நன்மைகள் உள்ளன. மேலே குறிப்பிட்டுள்ள நன்மைகள் பற்றி என் முந்தைய நூல்களில் விரிவாகச்சொல்லியுள்ளேன். அதனால் அவற்றை மீண்டும் இங்கே சொல்ல விரும்பவில்லை. ஆனால், இந்த தியானத்தைத் தினமும் விடாமல் செய்வதன் மூலம் மேலே சொல்லப்பட்டுள்ள நன்மைகளை நீங்கள் நிச்சயம் அடைவீர்கள். உங்கள் அனுபவத்தில் நீங்களே அதை உணர்ந்து கொள்வீர்கள்.

நிபந்தனைகள்

எல்லா தியானங்களுக்கும் பொதுவான சில நிபந்தனைகள் உண்டு. இங்கே சொல்லப்படும் நிபந்தனைகள் இனி விளக்கப்போகும் தியானங்களுக்கும் பொருந்தும்.

1. முதலில் கை, கால், முகம் ஆகியவற்றை மூன்று முறை தண்ணீரால் கழுவித் துடைத்துக்கொள்ளவேண்டும்.
2. குறிப்பிட்ட இடத்தைத் தேர்வு செய்துகொள்ளவேண்டும்.
3. குறிப்பிட்ட நேரத்தைத் தேர்வு செய்துகொள்ளவேண்டும் (நேரத்தையும் இடத்தையும் முடிந்தவரை மாற்றாமல் இருந்தால்தான் முழு பயனும் கிடைக்கும்).
4. நேராக அமர்ந்துகொள்ளவேண்டும். உடம்புக்கு முடியாதவர்கள் ஏதாவது சோஃபாபோன்ற ஒன்றில் கொஞ்சம் சாய்ந்து கொள்ளவும் செய்யலாம். இந்த தியானத்தை மட்டும் படுத்துக்கொண்டும் செய்யலாம். அதன் விதிமுறைகளைத் தனியாகச் சொல்லுகிறேன்.
5. கண்களை மெல்ல மூடிக்கொள்ளவேண்டும்.
6. உடம்பை அசைக்கக்கூடாது. அதுவாக அசைந்தால் பரவாயில்லை. எந்த அளவுக்கு உடல் அசையாமல் நிலையாக உள்ளதோ அந்த அளவுக்குப் பயன் அதிகமாகக் கிடைக்கும். உடல் அசைந்தசைந்து ரொம்பவும் கோணலாக ஆகிவிட்டால், அதை உணர்ந்து மெல்ல நேராக மீண்டும் வைத்துக்கொள்ளலாம்.

செய்முறை

முதலில் நேரத்தைப் பார்த்து வைத்துக்கொள்ளவேண்டும். பின்னர் ஆரம்பிக்கலாம். அலைபேசியிலேயே இப்போது அலாரம் உள்ளது. அதை நாற்பது நிமிடங்களுக்கு 'செட்' பண்ணி வைத்துக் கொள்ளலாம்.

மூச்சு போய்க்கொண்டும் வந்துகொண்டும் இருக்கும். அதையே கவனித்துக் கொண்டிருக்கவேண்டும். நாற்பது நிமிடங்களுக்கு இப்படிச் செய்யவேண்டும். மூச்சு மூக்கின் வழியாக உள்ளே போவதையும், நெஞ்சை நிறைப்பதையும், வயிறு பெருப்பதையும் - மூச்சு விட்டுக்கொண்டிருப்பதன் காரணமாக இப்படி என்ன வெல்லாம் நடக்கிறதோ அவை அத்தனையையும் கவனித்துக் கொண்டே இருக்கவேண்டும்.

இப்படிச் செய்யும்போது ஏதாகிலும் எண்ணங்கள் வந்து போய்க் கொண்டேதான் இருக்கும். அதைப்பற்றிக் கவலைப்படக்கூடாது. எண்ணங்கள் வந்து போய்க்கொண்டிருப்பது மனதின் இயல்பு.

அதோடு போராடாமல், அதை விரட்ட முயற்சிக்காமல், மூச்சில் மட்டும் தொடர்ந்து கவனத்தை வைத்துக்கொண்டே இருக்க வேண்டும். போகப்போக கொஞ்சம் கொஞ்சமாக எண்ணங்களின் அணிவகுப்பு குறைந்து, பின்னர் சுத்தமாக நின்று போகும். ஆனால், எண்ணங்கள் குறைந்துவிட்டனவா, நின்றுவிட்டனவா என்றெல்லாம் யோசிக்க வேண்டியதில்லை. மூச்சை மட்டும் கவனித்தால் போதும்.

நாற்பது நிமிடங்கள் ஆகிவிட்டது என்று தெரிந்தவுடன் மெல்லக் கண்களைத் திறந்து தியானத்தை முடித்துக்கொள்ளவேண்டும்.

ரியாலத் இரண்டு

இதுவும் முதல் தியானமும் ஒன்றுதான். ஆனால், ஒரு வித்தியாசம் உள்ளது. இந்த தியானத்தில் உள்ளே போகும் மூச்சையும் வெளியே வரும் மூச்சையும் கவனித்துக்கொண்டே இரண்டையும் சேர்த்து மனதால் ஒன்று என்று எண்ணிக்கொள்ளவேண்டும். இவ்விதம் 101 மூச்சுகள் விடலாம். பின்னர் நேரத்தைப் பார்த்துக் கொள்ளலாம். நாற்பது நிமிடங்கள் ஆகியிருந்தாலும் ஓகே, அதற்கு மேல் ஆகியிருந்தாலும் ஓகே. அதற்குக் குறைவான நேரமே ஆகியிருந்தால் மூச்சின் எண்ணிக்கையைக் கூட்டிக் கொள்ளவேண்டும். நாற்பது நிமிடங்கள் ஆகும்வரை இப்படிச் செய்யவேண்டும்.

தியானம் 1-க்கும் 2-க்கும் உள்ள ஒரே வித்தியாசம், மூச்சை எண்ணிக்கொள்வதுதான்.

ரியாலத் மூன்று

இதுவும் முதல் இரண்டு தியானங்களைப் போன்றதுதான். இதில் முதல் இரண்டு தியானங்களும் சேர்ந்திருக்கும். கூடுதலாக ஒன்றைச் செய்யவேண்டும். அது என்ன? ஒரு மந்திரம். ஏதாவதொரு மந்திரம். உதாரணமாக, நீங்கள் எந்த மதத்தைச் சேர்ந்தவராக இருந்தாலும், அந்த மதத்தில் உள்ள தெய்வத்தின் பெயரை மூச்சு உள்ளே போகும்போதும் வெளியே வரும்போதும் மனதுக்குள் சொல்லிக்கொள்ளலாம்.

அல்லது உங்கள் லட்சியம் என்னவோ அதை வார்த்தைகளாக மனதால் சொல்லிக்கொண்டே தியானம் செய்யலாம். இந்த தியானத்துக்கு மூச்சு ஊஞ்சல் என்று பெயர். உதாரணமாக, நீங்கள் ஒரு டாக்டராகவேண்டும் என்ற ஆசையிருந்தால், 'நான் ஒரு

டாக்டர்' என்ற வாக்கியத்தை மனதால் மூச்சை உள்ளே இழுக்கும் போதும், வெளியே விடும்போதும் நினைத்துக் கொள்ள வேண்டும். இதன் மூலமாக, உங்கள் நாடி நரம்புகளிலெல்லாம் உங்கள் எண்ணம், உங்கள் லட்சியம் மூச்சால் கொண்டு செல்லப்படும். இதன் விளைவால் உங்கள் லட்சியத்தை நீங்கள் வெகு விரைவிலேயே அடைவதற்கான வழிகள் திறக்கும்.

என்ன இது, லாஜிக்கலாகவே இல்லையே என்று தோன்றலாம். 'புத்தியுள்ள மனிதரெல்லாம் வெற்றி காண்பதில்லை, வெற்றி பெற்ற மனிதரெல்லாம் புத்திசாலி இல்லை' என்ற பாடல் நினை விருக்கிறதா? அதுதான் உண்மை. செய்து பாருங்கள். வெற்றி கிடைக்கும். லாஜிக்-கே இல்லாமல் வெற்றி கிடைத்தால் வேண்டாமென்று சொல்வீர்களா?! செய்து பாருங்கள்.

வழிகாட்டச் சில வாக்கியங்கள்

1. நான் ஒரு பட்டதாரி
2. நான் ஒரு டாக்டர் / எஞ்சினியர் / ஐ ஏ எஸ் அதிகாரி... இப்படி
3. நான் மிகவும் ஆரோக்கியமாக இருக்கிறேன்
4. என் நோக்கத்தில் எனக்கு வெற்றிதான்
5. நான் ஒரு கோடீஸ்வரன்

ரியாலத் நான்கு

தியானத்துக்காக ஒதுக்கிய இடத்தில் அமைதியாக அமர்ந்து கொள்ளுங்கள். நாற்பது நிமிடங்களுக்கு அலாரம் செட் பண்ணிக் கொள்ளுங்கள். உடலை அசைக்காதீர்கள். கண்களை மெல்ல மூடிக்கொள்ளுங்கள். ஒரு மூன்று நிமிடங்களுக்கு உங்கள் மூச்சோட்டத்தைக் கவனியுங்கள். பின்னர் கீழ் வரும் தியானத்தை ஆரம்பியுங்கள்:

எண்ணங்கள் மனதில் வந்தபடியே இருக்கும். அவை ஒவ்வொன்றாகக் கவனியுங்கள். அவை நல்ல எண்ணங்களாக இருக்கலாம்; மோசமான எண்ணங்களாக இருக்கலாம்; கேவல மான, வெளியே சொல்ல முடியாத எண்ணங்களாக இருக்கலாம்; வெறும் கற்பனையாக இருக்கலாம்.

அது எதுவாக வேண்டுமானாலும் இருக்கட்டும். அவற்றை ரசிக்க வேண்டாம். விரும்ப வேண்டாம். வெறுக்க வேண்டாம்.

வேண்டும் என்றோ வேண்டாம் என்றோ நினைக்க வேண்டாம். இது நல்லது, இது கெட்டது என்று தரம் பிரிக்க வேண்டாம். எது வந்தாலும் வரட்டும். ஒரு திரைப்படம் பார்ப்பது மாதிரி நீங்கள் சும்மா பார்த்துக்கொண்டு மட்டும் இருக்கவேண்டும்.

உதாரணமாக, ஒருவரைத் திட்டுவதுபோல எண்ணம் வந்தால், இப்படி வருகிறது என்று உணர்ந்துகொள்ளுங்கள். ஒருவருக்கு தர்மம் செய்வதுபோன்ற எண்ணம் வந்தால், இப்படி வருகிறது என்று உணர்ந்துகொள்ளுங்கள். முன்னது கெட்டது என்றோ, பின்னது வரவேற்கத்தக்கது என்றோ நினைக்க வேண்டாம். அப்படி ஒரு நினைப்பு வந்தால், அதையும் சேர்த்து கவனியுங்கள்.

வரும் எண்ணங்களையெல்லாம் கவனிக்க வேண்டியது மட்டுமே நீங்கள் செய்யவேண்டிய தியானமாகும்.

இந்த தியானத்தை செய்யச் செய்ய கொஞ்சம் கொஞ்சமாக எண்ணங்களின் அணி வகுப்பு குறைந்து போகும். ஒரு கட்டத்தில் எண்ணம் எதுவும் இல்லாமல் வெறுமையான உணர்வு ஏற்படும். அதையும் கவனியுங்கள்.

இது ஒரு அருமையான தியானம். மனமற்ற நிலைக்கு உங்களை இது வெகு விரைவில் எடுத்துச் செல்லும். எண்ணங்களால் பாதிக்கப்படாத சூழ்நிலையை, மனநிலையை இது ஏற்படுத்தும். இது உங்கள் வாழ்வில் வெற்றி கிடைப்பதற்கு உகந்த மனநிலை யாகும். இந்த மனநிலை ஏற்பட மூச்சு தியானம் வெகுவாக உதவும்.

இந்த நூலில் சொல்லப்படும் எந்த தியானமும் ஒன்றைவிட ஒன்று உயர்வானதோ தாழ்வானதோ இல்லை. அப்படி நீங்கள் நினைக்க ஆரம்பித்தாலே தியான மனநிலை கெட்டுவிட்டது என்று அர்த்தம். இதை நினைவில் வைத்துக்கொள்ளுங்கள். ஒவ்வொரு தியானமும் வித்தியாசமானது. ஒவ்வொன்றில் பலன்களும் வெவ்வேறானவை. ஆனால் எல்லாமே வெற்றியை நோக்கியும் உண்மையான மகிழ்ச்சியை நோக்கியும் உங்களைச் செலுத்த வல்லவை.

ரியாலத் ஐந்து

இந்த தியானத்தை கால் மணி நேரம்கூடச் செய்யலாம். இயற்கை யான ஒரு சூழ்நிலைக்குச் சென்று கால் மணி நேரமாவது அந்தச் சூழ்நிலையைக் கவனித்துக்கொண்டிருக்கவேண்டும். உதாரண

மாக, கடற்கரைக்குச் செல்லலாம். கடல் அலைகளை உற்று நோக்கலாம். அலையின் நுரைகளை ரசிக்கலாம். உயர்ந்து எழும் அலைகளை வியக்கலாம். கடற்கரை மணலில் அமர்ந்து அந்த மணலை சுகமாக உணரலாம். விடிகாலை என்றால் கடலில் இருந்து சூரியன் உதிப்பதைக் கண்டு களிக்கலாம். தூரத்துக் கப்பல்கள், படகுகள் செல்வதைப் பார்க்கலாம். நண்டுகள் பின்னோக்கி நகர்வதை ரசிக்கலாம். இப்படி ஆயிரம் காரியங்களில் ஈடுபடலாம். கால் மணி நேரம் என்பது மினிமம்-தான். இதையும் அதிகபட்சமாக நாற்பது நிமிடங்களுக்குச் செய்யலாம்.

தோட்டம், மொட்டை மாடி என்று இயற்கையான சூழ்நிலை எதுவாக இருந்தாலும் அங்கே சென்று, அமர்ந்தோ, படுத்தோ இந்த தியானத்தைச் செய்யலாம்.

நாற்பது நிமிடமென்பது ஒரு முக்கியமான ஆன்மிக அளவு. நானும் என்னைப் பின்பற்றுபவர்களும் எடுத்துக்கொள்ளும் கால அளவாகும் இது. இதேபோல நாற்பது நாட்களுக்குச் செய்யும் தியானங்களும் உண்டு. எல்லாமே நாற்பதுகளில் இருக்கும்.

நாற்பது நிமிடங்களுக்கு மேல் செய்யக்கூடாதா? செய்யலாம். ஆனால் ஆரம்ப கட்ட தியானிகளுக்கு - ஞானிகளுக்கு அல்ல - நாற்பது நிமிடங்களே அதிகம்.

ரியாலத் ஆறு

நாற்பது நிமிடங்களுக்கு வேண்டுமென்றே தனிமையில் இருக்க வேண்டும். முஹம்மது நபியவர்களுக்கு ஒரு ஹீராக்குகை இருந்த மாதிரி, பரமஹம்சருக்கு ஒரு பஞ்சவடி இருந்த மாதிரி, ஜீசஸுக்கு மலையுச்சி இருந்த மாதிரி, ஷிர்டி சாய்பாபாவுக்கு ஒரு பள்ளிவாசல் இருந்த மாதிரி, சூஃபிகள், சித்தர்களுக்கெல்லாம் மலையுச்சிகள், காடுகள் இருந்த மாதிரி, நமக்கு நாமே ஏற்படுத்திக்கொள்ளும் பஞ்சவடிதான், ஹீராதான் தனிமை. அது நமது அறையாக, மொட்டை மாடியாக இருக்கலாம்.

இந்த தனிமையில் யாரோடும் பேசக்கூடாது. தனிமையை உணர வேண்டும். எவ்வளவு நெருங்கிய சொந்தங்கள் இருந்தாலும், நாம் சாகும்போது தனியாகத்தான் சாகவேண்டும் என்பதை நினைவு கூறவேண்டும். அந்த உண்மையைத் தீவிரமாக உணரவேண்டும். அப்போதுதான் நமக்கு இரண்டு உண்மைகள் தெரிய வரும்:

ஒன்று: எத்தனை பேர் நம்மைச் சுற்றியிருந்தாலும் நாம் எப்போதுமே தனியாகத்தான் இருக்கிறோம்.

இரண்டு: நாம் எப்போதும் தனியாகவே இல்லை!

முதலில் சொன்னது ஓகே. ஆனால் அதற்கு முரண்பாடாக இரண்டாவது உள்ளதே என்ற சந்தேகம் வரலாம். செய்து பாருங்கள். உணருவீர்கள். மனிதர்களல்லாத, மற்றவர்களின் கண்களுக்குத் தெரியாதவர்கள் உங்களோடு எப்போதுமே இருக்கிறார்கள் என்ற உண்மையை உங்களால் உணர முடியும். நமக்கு உதவி செய்வதற்கு யாருமே இல்லை என்ற எண்ணம் மாறும். கண்ணுக்குத் தெரியாத வேறு உலகத்தின் காட்சிகள் கிடைக்கும்போதுதான் உண்மை கொஞ்சம் புரிய ஆரம்பிக்கும்.

அதுமட்டுமல்ல. கடவுள் என்றால் யார் என்ற கேள்விக்கான விடை உங்கள் அனுபவத்தில் தெரிய ஆரம்பிக்கும். செய்துதான் பாருங்களேன்.

நான் இங்கே சொல்லும் எந்தப் பயிற்சியும் விஞ்ஞானத்தை நம்பியில்லை. இறுதி விஞ்ஞானமான ஆன்மிகப் பயிற்சிகளாகும் அவை. The ultimate science has to be experienced and cannot be discussed or analyzed.

ரியாலத் ஏழு

வாரத்தில் ஒரு நாள் மௌனமாக இருக்கவேண்டும். இது ஒரு மிகச் சிறந்த தியானமாகும். வாயாலும் மனதாலும் பேசாமல் இருப்பது மிக மிகக் கடினமான தியானமாகும். இறைவணக்கம் என்பது பத்து பகுதிகளைக் கொண்டது. அதில் ஒன்பது பகுதிகள் மௌனமாக இருத்தலாகும் என்று நபிகள் நாயகம் சொல்லியிருக்கிறார்கள்! மௌனமாக இருப்பது உண்மையான இறைவணக்கமாகும்.

ஒரு நாளைக்கு நீங்கள் பேசாமல் மௌனமாக இருந்தால் உங்கள் வாழ்நாள் ஒரு வாரம் நீடிக்கிறது என்று கூறுகிறார் சூஃபி ஞானி இனாயத் கான்! அதற்காகவாவது இந்த தியானத்தைச் செய்யலாம் அல்லவா!

காலையில் குறிப்பிட்ட நேரம் முதல் மாலையில் குறிப்பிட்ட நேரம்வரை மௌனமாக இருக்க முடிவு செய்துகொண்டு அதைச் செயல்படுத்தவேண்டும். ஒரு காரியம் முடியுமுன்னர் அதைப் பற்றி நீங்கள் யாரிடமாவது பேசினீர்களென்றால், அக்காரியம் முடியாமல் போய்விடும். இதை நீங்கள் பரிசோதித்துப் பார்க்கலாம். சொல்லிவிடவேண்டும் என்று நாக்கு துடிக்கும் கணங்களில் இந்த தியானம் உங்களுக்கு ஒரு கட்டுப்பாட்டைத்

தரும். உங்கள் முழு வாழ்க்கையும் உங்கள் கட்டுப்பாட்டுக்குள் வருவதற்கு இந்த தியானம் உதவும்.

ரியாலத் எட்டு – ஆல்ஃபா தியானம்

நமது பிரச்னைகளைத் தீர்க்கவும், நமது நியாயமான ஆசைகளை நிறைவேற்றவும் செய்யப்படும் எளிமையான ஆனால் வெகு நிச்சயமாகப் பலன் தரக்கூடிய தியானம்தான் ஆல்ஃபா தியானம். நாம் ஆல்ஃபா மனநிலையில் இருப்பதனால்தான் வெற்றி பெறுகிறோம். அந்த மனநிலையை விட்டு விலகுவதால்தான் தோல்வியடைகிறோம் என்று சொல்வார் எங்கள் குருநாதர் ஹஸ்ரத் மாமா. அது உண்மைதான் என்பதை நாங்கள் எங்கள் அனுபவத்தில் உணர்ந்துகொண்டோம். இப்போது உங்களுக்காக இங்கே அதன் குறிப்புகள்.

மன அமைதி, முகத்திலும் கருத்திலும் தெளிவு, எதையும் செய்து விடலாம் என்ற நம்பிக்கை, உற்சாகம், ஆரோக்கியம், அச்சமின்மை, வெற்றி, மகிழ்ச்சி - இத்தனையையும் குறிக்கும் ஒரே சொல்தான் ஆல்ஃபா.

நமது வாழ்க்கையில் மிக மிக முக்கியமான விஷயங்களான மூச்சு, காற்று, தண்ணீர், நெருப்பு, பூமி, ஆகாயம் இவற்றையெல்லாம் இலவசமாகக் கொடுத்திருக்கும் இறைவன், ஆல்ஃபா என்னும் அந்த அற்புதமான மனநிலையையும் நமக்கு இயற்கையாகவே, இலவசமாகவே கொடுத்துள்ளான்.

இறைவன் நமக்கு அருட்கொடையாகக் கொடுத்த இவ்விஷயங்களின் வரிசையில் ஆல்ஃபாவும் ஒன்று. அந்த அற்புதமான மனநிலை நமக்குக் குறைந்தபட்சமாக இரண்டு தருணங்களில் வாய்க்கிறது. ஆனால் மிகமிகக் குறைந்த நேரத்துக்கே அது வருகிறது. நேரம் என்றுகூடச் சொல்ல முடியாது. சில வினாடிகள் அல்லது 'நானோ' வினாடிகள்தான் என்று சொல்லலாம். அதுவும் நமக்குத் தெரியாமலே!

படுத்தவுடன் தூங்கிவிடுபவர்கள் கொடுத்து வைத்தவர்கள். இத்தகையவர்களுக்கு ஆல்ஃபா தியானமும் ஆட்டோ சஜஷனும் வெகு விரைவாகக் கூடிவரும். ஆனால் பெரும்பாலோருக்கு இது சாத்தியமில்லை. சட்டென ஒரு கணத்தில் விழிப்பு நிலை தூக்க நிலையாக மாறும். அந்த இரண்டு நிலைகளுக்கும் இடையில் ஒரு சின்ன இடைவெளி உள்ளது. ஒரு சில கணங்கள் அல்லது 'நானோ'

வினாடிகள். அக்கணங்கள் ஆல்ஃபா நிலைக்குச் சொந்தமானவை. அந்த நேரத்தில் நம் மூளையிலிருந்து புறப்படும் அதிர்வலைகள் 7-லிருந்து 14-வரையிலானதாக உள்ளது என விஞ்ஞானம் கூறுகிறது.

அதேபோல, காலையில் விழிப்பதற்குச் சற்று முன்பும் ஆல்ஃபா நிலை வருகிறது. கண்களைத் திறந்து விழித்துவிட்டோம் என்ற உணர்வுக்கு வந்துவிட்டாலே ஆல்ஃபா முடிந்து சாதாரண மனநிலையாகிய பீட்டாவுக்குள் நாம் நுழைந்துவிடுவோம்.

மிகக் குறைந்த கால இடைவெளிகளில் இந்த நிலை தோன்று வதாலும், நமது விழிப்புணர்வு வேலை செய்யும் நேரத்துக்கு வெளியில் இவை நடப்பதாலும், இப்படி ஒரு நிலையைக் கடந்துதான் நாம் விழித்திருக்கிறோம், அல்லது தூங்கியிருக் கிறோம் என்பது நமக்குத் தெரியாமல் போய்விடுகிறது. அப்படியே தெரிந்தாலும் அதனால் எந்த பயனும் இல்லை. மின்னல் வெட்டும் ஒளியில் புத்தகம் படிக்க முடியாததைப்போல.

ஆனால் ஒரு அற்புதமான சூழ்நிலை நமக்குள் வந்து போயிருக்கிறது. அந்த ஆல்ஃபா நிலையை விழிப்புணர்வு இருக்கும்போதே நம்மை நோக்கி இழுக்கும் தியானம்தான் ஆல்ஃபா தியானம். (இது பற்றி நான் தனியாக ஒரு நூலே எழுதியுள்ளேன். மாதாமாதம் சென்னையில் ஆல்ஃபா வகுப்பும் நடத்துகிறேன். அந்த நூலைப் படிக்கும் வாய்ப்போ, வகுப்பில் கலந்துகொள்ளும் வாய்ப்போ இல்லாதவர்களுக்கு இந்தக் குறிப்புகளே போதுமானது).

இது இருபது நிமிடப் பயிற்சி. 'இருபது நிமிட ஞானம்' என்றும் இதற்கு ஒரு பெயருண்டு!

ஆம். முறைப்படிச் செய்தால், யார் வேண்டுமானாலும், வேண்டும்போதெல்லாம் ஆல்ஃபாவுக்குள் போய் அங்கேயே இருபது நிமிடங்கள் இருக்கலாம்! ஆனால் இருபது நிமிடங்கள் கழித்த பிறகு, எந்த விழிப்புணர்வுடன் ஆல்ஃபாவுக்குள் நுழைந்தோமோ அதே விழிப்புணர்வுடன் அதை விட்டு வெளியில் வரவேண்டும். பீட்டாவுக்கு. ஆம். ஏனெனில், நாம் யாருக்கும், எதற்கும் அடிமையல்ல. மனிதனுக்காகத்தான் ஆல்ஃபா. ஆல்ஃபாவுக்காக மனிதனல்ல. இதை மறக்காமல் மனதில் நிறுத்திக்கொள்ளவேண்டும். இது எல்லா தியானங்களுக்கும் பொருந்தும்.

தியான முறை - குறிப்பிட்ட இடம்

முதலில் ஆல்ஃபா தியானம் செய்யச் சுத்தமான தனி இடத்தைத் தேர்வு செய்து கொள்ளவேண்டும். உங்களை யாரும் வந்து தொந்தரவு செய்யக்கூடிய இடமாக இருக்கக்கூடாது. காற்றோட்டமான அறை அல்லது திறந்த வெளிகூட ஓகேதான். முடிந்தவரை ரகசியமான இடமாக இருப்பது நல்லது. உங்கள் மனைவி, கணவன் போன்ற தவிர்க்க முடியாத உறவுகளுக்கு வேண்டுமானால் தெரியலாம்.

குறிப்பிட்ட நேரம்

இந்த தியானத்துக்கென ஒரு குறிப்பிட்ட நேரத்தைத் தேர்ந் தெடுத்துக்கொள்ளவேண்டும். இடத்தைப்போல இதுவும் முக்கியமானது. அது காலை, மாலை, இரவு எந்த நேரமாக வேண்டுமானாலும் இருக்கலாம். அதிகாலையாகவோ இரவு பதினோரு மணிக்கு மேலோ இருந்தால் ரொம்ப நல்லது. எனக்கு உகந்த நேரம் அதுதான். அதற்காகப் பகலில் செய்யக் கூடாதா என்றால், அப்படியெல்லாம் இல்லை. எந்த நேரத்திலும் செய்யலாம். ஆனால் அதே நேரத்தில்தான் தினமும் செய்ய வேண்டும். ஏதாவது ஒரு நாள் இடம் தவறிப் போனால்கூட நேரம் தவறாமல் பார்த்துக்கொள்ளவேண்டும். ஒரே இடம், ஒரே நேரம் பற்றி ஏற்கனவே சொல்லியுள்ளேன். இது எல்லா தியானங் களுக்கும் பொருந்தும். ஏற்கனவே சொன்னபடி உடலைத் தூய்மைப் படுத்திக் கொள்ளவேண்டும்.

மூச்சைக் கவனித்தல்

பத்து முறை மூச்சைக் கவனித்து இழுத்து விடவேண்டும். ஒரு முறை உள்ளே போய், வெளியே வந்தவுடன் அதை ஒன்று என்று மனதில் எண்ணவேண்டும். இப்படியாகப் பத்து மூச்சுகள். இப்படிக் கவனித்து மூச்சு விடும்போது, மூச்சு தானாகவே ஆழமாகிக் கொள்ளும்.

ஐம்புலனுணர்வுகளைக் கவனித்தல்

பார்த்தல், கேட்டல், முகர்தல், சுவைத்தல், தொடு உணர்ச்சி ஆகிய ஐம்புலனுணர்வுகளைக் கவனிக்கவேண்டும். நம் உடல் எந்தெந்த இடங்களில் பட்டுக் கொண்டும் தொட்டுக் கொண்டும் இருக்கிறது, ஏதாவது சுவை வாயில் தெரிகிறதா, ஏதாகிலும் மணம் மூக்குக்குத் தெரிகிறதா, மூடியிருக்கும் கண்ணுக்குள் என்ன தெரிகிறது, நீங்கள் அமர்ந்திருக்கும் அறைக்கு உள்ளும் அறைக்கு

வெளியிலும் என்னென்ன சப்தங்கள் கேட்கின்றன - இப்படிக் கொஞ்ச நேரம் கவனிக்கவேண்டும்.

தலைமுதல் கால்வரை தளர்ச்சியுறச் செய்தல்

இப்போது தலையில் தொடங்கிக் கற்பனையால் நம்மை நாமே பார்த்துக்கொள்ளவேண்டும். நம் தலை தளர்ச்சியாக - ரிலாக்ஸ்டாக - இருக்கிறதா என்று கவனிக்கவேண்டும். அப்படிக் கவனிக்கும்போதே அந்தப் பகுதி முழுவதும் தளர்ச்சியடைந்து விடும். இப்போது என் தலை முழுதுமாகத் தளர்ச்சியடைந்து விட்டது என்று நினைத்துக்கொள்ளவேண்டும், அல்லது நமக்கு நாமே மனசுக்குள் சொல்லிக்கொள்ளவேண்டும். உண்மையில் உங்கள் தலைப்பகுதி எப்படி இருக்கிறது என்று உங்களால் உணர முடியாவிட்டாலும் பரவாயில்லை. கவனத்தை நம் தலைப் பகுதிக்குக் கொண்டுவந்தாலே அது முற்றிலுமாகத் தளர்ச்சி யடைந்துவிடும்.

இதே போல, தலை முடி, நெற்றி, புருவம், புருவ மத்தி, கண்கள், செவிகள், கன்னம், நாசி, உதடு, வாய், கழுத்து, கைகள், மார்பு, வயிறு, தொடை, கால்கள், பாதங்கள், அவற்றின் மேல் கீழ் பகுதிகள் என உடலின் ஒவ்வொரு உறுப்பாக, ஒவ்வொரு பாகமாகக் கவனித்து அது தளர்ச்சியடைந்து விட்டது என்று எண்ணிக்கொள்ளவேண்டும். அப்படிச் செய்யும்போதே அவை தளர்ச்சியடைந்துவிடும். இத்துடன் ஆல்ஃபா தியானத்தின் முதல் கட்டம் நிறைவேறிவிடுகிறது.

உடல் முற்றிலுமாகத் தளர்ச்சியடைந்த நிலையை அடுத்து மனதையும் தளர்ந்த நிலைக்குக் கொண்டு செல்லவேண்டும். இது மிக முக்கியமானது (எவ்வளவுதான் விளக்கமாக ஒரு நூலில் எடுத்துச் சொன்னாலும், ஒரு வழிகாட்டியால் நேரடியாகச் சொல்லித் தரப்படுவதற்கு ஈடாக எதுவும் ஆகாது. எனவே, ஒரு 'ரெடி ரெக்கனர்' மாதிரிதான் இந்த விளக்கம். நான் நேரடியாகச் சொல்லித் தந்தபிறகும் சந்தேகம் ஏற்பட்டால் தீர்த்துக்கொள்ள இந்தக் குறிப்புகள் போதுமானவை).

உயரமான இடமும் வெற்றுச் சாலையும்

இப்போது நாம் ஆல்ஃபா தியானத்தின் இரண்டாவது கட்டத்தில் இருக்கிறோம். கண்களை மூடி, உடலை அசைக்காமல் நேராக அமர்ந்து, பத்து மூச்சுக்களை கவனித்து விட்டு, ஐம்புலனுணர்வு களை கவனித்து, தலை முதல் கால்வரை உற்று நோக்கி முழு

உடம்பையும் ரிலாக்ஸ் செய்துவிட்டாலே நாம் ஆல்ஃபாவில்தான் இருப்போம். அதை இன்னும் ஆழப்படுத்த வேண்டிய கட்டத்தில் இப்போது நாம் இருக்கிறோம். அதற்காகத்தான் அடுத்த நிலைப் பயிற்சிகள்.

ஓர் உயரமான இடத்தில் நீங்கள் நிற்கிறீர்கள். அது மொட்டை மாடியாகவோ வேறு ஏதாவதொரு உயரமான இடமாகவோ இருக்கலாம். கீழே குனிந்து பார்க்கிறீர்கள். கீழே சாலை தெரிகிறது. சாலையின் குறுக்காகக் கடந்து செல்லும் மக்களும், வாகனங்களுமாக சாலையே ட்ராஃபிக் ஜாம் ஆகி ஸ்தம்பித்து நிற்கிறது. நீங்கள் அதையெல்லாம் உற்றுக் கவனித்துக் கொண்டிருக்கிறீர்கள். நீங்கள் கவனிக்க கவனிக்க, போக்குவரத்து குறைந்து கொண்டே போகிறது. ஒரு கட்டத்தில் சாலையின் நெருக்கடி எல்லாம் காணாமல் போய் வெற்றுச் சாலையாகி விடுகிறது. மேலே இருந்து சாலையைக் கவனிக்கும் நீங்களும் காலியான சாலையும்தான் இருக்கிறது.

இப்படிக் கற்பனை செய்யவேண்டும். கற்பனை பற்றி ஏற்கனவே சொன்னதை ஞாபகப்படுத்திக் கொள்ளுங்கள். ஆல்ஃபாவில் செய்யும் கற்பனை மிகவும் சக்தி வாய்ந்தது.

இப்போது நீங்கள் பார்த்த வெற்றுச் சாலைதான் உங்கள் மனது. எண்ணங்களால் திக்குமுக்காடிக் கொண்டிருந்த சாலையைப் போலிருந்த உங்கள் மனதில் இருந்த தேவையில்லாத குப்பை களையெல்லாம் இப்போது நீக்கியாச்சு. மனம் இப்போது வெறுமையாகிவிட்டது. அதை நீங்களே கவனித்துக் கொண்டிருக் கிறீர்கள். இப்போது எண்ணங்களற்ற உங்கள் மனமும் நீங்களும் மட்டும்தான் இருக்கிறீர்கள்.

சந்தோஷமான நினைவுகள்

இப்போது நீங்கள் உங்கள் வாழ்க்கையில் நடந்த ஏதாவதொரு சந்தோஷமான விஷயத்தைப் பற்றி நினைக்கவேண்டும். அது ஒரு பாடலாக இருந்தால் அதை மீண்டும் நீங்கள் பாடியோ (மனதால்தான்) அல்லது கேட்டோ பார்க்கவேண்டும். அது ஒரு இசையாக இருந்தால் அதை நீங்கள் மறுபடியும் வாசித்தோ அல்லது கேட்டோ பார்க்கவேண்டும். அது ஒரு இடமாக இருந்தால் அந்த இடத்துக்கு நீங்கள் மறுபடியும் சென்று பார்க்க வேண்டும். அது ஒரு கடற்கரையாக இருந்தால் மீண்டும் அங்கே செல்லவேண்டும். கடற்கரை மணலில் அமர்ந்து அதை உணர

வேண்டும். அலைகளில் ஆர்ப்பரிப்பைக் கேட்டு மகிழவேண்டும். உங்கள் மீது வீசும் தென்றல் காற்றை மறுபடியும் விழச்செய்து அனுபவிக்கவேண்டும். மீண்டும் சுண்டல் இத்யாதிகளை வாங்கி சுவைத்துப் பார்க்கவேண்டும். நண்பர்களோடோ, காதலியோடோ போயிருந்தால் அந்த இன்பமான அனுபவத்தை மீண்டும் பெறவேண்டும். அது ஒரு உணவுப் பண்டமாக இருந்தால் அதை மீண்டும் சுவைத்துப் பார்க்கவேண்டும். அது ஒரு ஆடையாக இருந்தால் அதை மீண்டும் அணிந்து அழகு பார்க்கவேண்டும். இப்படி அந்த அனுபவம் எதுவாக இருந்தாலும் அதை மீண்டும் மனதால் அனுபவித்துப் பார்க்கவேண்டும்.

எல்லாவற்றையுமே கற்பனையால்தான் செய்யவேண்டும்.

ஆசை நிறைவேறிக்கொண்டிருக்கிறது

இப்போது உங்கள் ஆல்ஃபா நிலை மிக மிக ஆழமாக இருக்கும். இதுதான் சரியான தருணம். காலி செய்த மனதை அப்படியே விட்டுவிடக்கூடாது. விட்டுவிட்டால் மறுபடியும் தேவையில்லாத குப்பைகள் வந்து சேர்ந்துவிடும். நமக்குத் தேவையானதை மட்டும் மனதில் போடவேண்டும் இப்போது. இது சாதாரண மனதல்ல. ஆழ்மனம். இப்போது நீங்கள் உங்களுக்கு வேண்டியதை ஆழ்மனதில் போடப்போகிறீர்கள்.

எத்தனையோ ஆசைகள் இருக்கின்றன, அதில் எதைப் போடுவது? குழப்பமே வேண்டாம். எது முக்கியத்துவத்தில் முதலிடத்தில் இருக்கிறதோ அதுதான். உதாரணமாக நீங்கள் வேலையில்லாமல், சம்பாத்தியமில்லாமல் இருக்கிறீர்கள். அதேசமயம் காதல் செய்துகொண்டும் இருக்கிறீர்கள். இப்போது காதல் நிறைவேற வேண்டுமா அல்லது வேலை கிடைக்க வேண்டுமா, எது முக்கியம்? உங்களுக்குக் காதல் முக்கியமாக இருக்கலாம். ஆனால் உண்மையில் வேலைதான் முக்கியம். ஏனெனில் வேலை கிடைத்தால் பணத்தோடு காதலியையும் எளிதாக சம்பாதித்து விடலாம். ஏனெனில் சம்பாதிக்கும் பையனுக்குத் தன் பெண்ணைக் கொடுப்பதற்குத்தானே எல்லாப் பெற்றோர்களும் விரும்புவார்கள்? இல்லை, எனக்கு காதல் போதும், வேலை வேண்டாம் என்று உணர்ச்சிபூர்வமாக நீங்கள் முடிவெடுத்தால் அதுவே ஆல்ஃபாவை கெடுத்துவிடும்.

அப்படியானால், நான் சொல்கின்ற முடிவைத்தான் நீங்கள் எடுக்க வேண்டுமா என்றால் அப்படியல்ல. வேண்டுமென்றேதான் நான், ஆல்ஃபாவின் தன்மை பற்றித் தெளிவாக விளக்குவதற்காக

உணர்ச்சி கலந்த ஒரு உதாரணத்தைக் கொடுத்தேன். நீங்கள் உண்மையிலேயே ஆல்ஃபாவில் இருக்கும்போது உணர்ச்சி கலந்த எந்த முடிவுகளையும் எடுக்கவே மாட்டீர்கள். எடுக்கவும் முடியாது. அப்படி எடுத்தால் பயிற்சி சரியாக வரவில்லை, நீங்கள் ஆல்ஃபாவில் இல்லை என்று அர்த்தம்.

எனவே, காதலியா வேலையா என்ற இரண்டு விஷயத்தையும் பற்றி அந்த நேரத்தில் நீங்கள் யோசிப்பீர்களேயானால், தயக்க மின்றி வேலைதான் என்ற முடிவுக்கு நீங்கள் வந்துவிடுவீர்கள். ஒரு சில கட்டங்களில், பல பிரச்னைகள் இருந்தாலும், ஒரு பிரச்னையைத் தீர்ப்பதன் மூலம் அது தொடர்பான பல உப பிரச்னைகள் தாமாகவே தீர்ந்து போகும்.

உங்கள் தகுதிக்கு ஏற்ப என்ன வேலை வேண்டும் என்று நீங்கள் நினைக்கிறீர்களோ அந்த வேலை கிடைக்கும் என்று நினைக்கக் கூடாது. ஆமாம். கிடைக்கும், செய்வேன், முடிப்பேன், நடக்கும் என்றெல்லாம் எதிர்காலத்தை நோக்கிய சஜஷன்கள் எதுவும் இருக்கக்கூடாது.

எல்லாமே நிகழ்காலத்தில் நடக்கவேண்டும்.

ஆம். இப்போது உங்களுக்கு வேலை கிடைத்து விட்டது. நீங்கள் உங்கள் அலுவலகத்துக்கு, கல்லூரிக்கு, மருத்துவமனைக்கு (டாக்டராகத்தான்) - இப்படி எங்கே செல்வீர்களோ அங்கே சென்று கொண்டிருக்கிறீர்கள். வேலை செய்கின்றீர்கள். எல்லோரும் உங்கள் பணியைப் பாராட்டுகிறார்கள். சம்பளம் வாங்குகிறீர்கள். உங்களுக்கும் குடும்பத்துக்கும் தாராளமாகச் செலவு செய்கின்றீர்கள். இப்படி வேலை கிடைத்து விட்டால் என்னென்னவெல்லாம் செய்வீர்களோ அதெல்லாம் நிகழ் கணத்தில் நடப்பதாகக் கற்பனை செய்யவேண்டும்.

இதுதான் முக்கியம். நீங்கள் வேலை செய்வதை வீடியோ எடுத்து அதை நீங்கள் போட்டுப் பார்த்தால் எப்படி இருக்கும்? அதைப் போல ஒரு வீடியோவை அல்லது சினிமாவை நீங்கள் உங்கள் மனத்திரையில் ஓட்டவேண்டும். இதுதான் நீங்கள் செய்ய வேண்டியது.

உங்கள் ஆசை எதுவாக இருந்தாலும் அது நிறைவேறுவதை நீங்கள் மனத்திரையில் பார்க்கவேண்டும். அவ்வளவுதான். சின்னச் சின்ன அல்லது பெரிய பெரிய ஆசைகள் நிறைய இருந்தால், நான்

ஏற்கனவே சொன்னதுபோல, முக்கியமான ஒன்றை மட்டும் எடுத்து சினிமா ஓட்டவேண்டும்.

நிறைய பணம் வேண்டுமென்று ஆசைப்பட்டால் பணத்தை 1000 ரூபாய்களாக, 500 ரூபாய்களாகக் கற்பனைத் திரையில் பாருங்கள் என்று சொல்வார்கள். அது வேண்டாம். அப்படிச் செய்யாதீர்கள். பணத்தை எந்தக் காலத்திலும் குவிமையப்படுத்த வேண்டாம். பணம் எதற்கு? ஏதாவது ஒரு செயலை முடிப்பதற்கு அல்லது பொருளை வாங்குவதற்குத்தானே?

உதாரணமாக, ஐந்து லட்ச ரூபாய் வேண்டும் என்று வைத்துக் கொள்ளுங்கள். ஏன்? ஒரு கார் வாங்க. அப்படியானால் அந்த ஐந்து லட்சத்தையும் பணமாக நீங்கள் உங்கள் ஆழ்மனதுக்குக் கொண்டு செல்ல வேண்டிய அவசியமில்லை. அதற்கு பதிலாக காரைக் கொண்டு செல்லுங்கள்.

என்ன கார், எந்த கம்பெனி, என்ன நிறம் என்பதிலெல்லாம் தெளிவாக இருங்கள். ஃபோர்டு ஐகான் கார், கறுப்பு நிறம், ஏசி, பவர் விண்டோஸ், பவர் ஸ்டியரிங், ரிமோட், சைல்டு லாக்குடன் என்று தெளிவாகச் சொல்லுங்கள். கற்பனை ரொம்ப ஸ்பெசிஃபிக்காக இருக்கவேண்டும். குத்து மதிப்பாகச் சொன்னால் கடவுளுக்கு, ஐ மீன், ஆல்ஃபாவுக்குப் புரியாது!

உங்கள் ப்ராண்ட் காரில் ஏறி அதை ஓட்டிப் பாருங்கள். உங்களுக்கு ட்ரைவிங் தெரியாவிட்டால் தெனாவெட்டாக பின் இருக்கையில் உட்கார்ந்து சவாரி மட்டும் செய்து பாருங்கள். மனம் வெறுமையாக இருக்கும் அந்த ஆல்ஃபா நேரத்தில் இப்படி ஒரு கற்பனையை வையுங்கள். கொஞ்ச நாளில் அல்லது சில மாதங்களில் நீங்கள் நினைத்த மாதிரியான ஒரு காருக்கு நீங்கள் சொந்தக்காரராக ஆகிவிடுவீர்கள். பிறகு அடுத்த ஆசையை வைத்துக் கொள்ளலாம்.

ஆரோக்கியம் தொடர்பான கற்பனையையும் ஆல்ஃபாவில் வைக்கலாம். வைக்கவேண்டும். வெகு நாட்களாக நீங்கள் ஏதாவது ஒரு நோயின் அல்லது உடல் உபாதையின் பொருட்டு கஷ்டப்பட்டுக் கொண்டிருப்பவராக இருந்தால், அந்த கஷ்டம் நீங்கி ஆரோக்கியமாக நடமாடுவதாகக் கற்பனை செய்யுங்கள்.

இப்படியாக உங்களுக்கும் அடுத்தவருக்கும் நல்லது செய்யும் எதையும் நீங்கள் கற்பனை செய்யலாம். ஆனால் ஒரு நாளைக்கு ஒரு கற்பனை என்று மாற்றிக் கொண்டே இருக்கக்கூடாது. ஒரு

கற்பனை நிஜமாகும்வரை செய்யவேண்டும். அப்படி நீங்கள் கற்பனை செய்கின்ற காரியம் சின்ன காரியம் அல்லது பெரிய காரியம் என்று ஏற்கனவே நீங்கள் நினைத்து வைத்திருக்கும் சரியான அல்லது தவறான எண்ணத்தைப் பொறுத்து, ஆசை விரைவிலேயோ அல்லது கொஞ்ச காலம் கழித்தோ நிறைவேறும்.

இப்படி நான் சொல்வதற்கு ஒரு காரணம் உண்டு. கொடுப்பவன் இறைவன். அவனைப் பொறுத்தவரை சின்ன காரியம் பெரிய காரியம் என்ற பிரிவுகளெல்லாம் கிடையாது. அவனுக்கு எல்லாமே சின்ன காரியம்தான். அல்லது எதுவுமே ஒரு காரியமே அல்ல. நாம்தான் இது சின்னது, இது பெரியது, இது எளிதானது, இது கடினமானது என்றெல்லாம் எல்லைகளை வகுத்து நம்மை நாமே சுருக்கி வைத்திருக்கிறோம்.

ஆல்ஃபா தியானத்தின்போது பொறுப்பை நம்மைவிடப் பெரிய ஆற்றலிடம் விட்டுவிடுகிறோம். எனவே நாம் ஏற்கனவே வகுத்து வைத்திருக்கும் எல்லைகளோடு ஆசையை ஆல்ஃபாவிடம் கொண்டுபோக வேண்டிய அவசியம் இல்லை. அதையெல்லாம் ஆல்ஃபா பார்த்துக் கொள்ளும். ஆனால் உங்களையறியாமல் ஏற்கனவே நீங்கள் ஆழ்மனதில் இந்த எல்லைகளைப் போட்டு வைத்திருந்தால், - நிச்சயம் போட்டு வைத்திருப்பீர்கள் - அதற்குத் தகுந்த மாதிரி விரைவிலோ தாமதமாகவோ காரியம் முடியும்.

வெள்ளை, பச்சை, தங்கநிற ஒளிப்பந்துகள்

இந்தக் கட்டத்தில் ஒரு வெள்ளை ஒளி வானிலிருந்து புறப்பட்டு உங்களை நோக்கி வந்து உங்கள் மீது இறங்கி ஒரு ஒளிப்பந்தைப் போல உங்களைச் சூழ்ந்துகொள்வதாகக் கற்பனை செய்யுங்கள். வெள்ளை ஒளிப்பந்து ஆன்மிகத்தின் குறியீடாகும். அந்த ஒளிப்பந்துக்குள் கொஞ்ச நேரம் நீங்கள் மூழ்கி இருங்கள். உங்கள் முன்னும், பின்னும், உங்களுக்கு மேலேயும் கீழேயும், உங்களைச் சுற்றியும் அந்த ஒளிதான் இருக்கிறது என்று கற்பனை செய்யுங்கள்.

பின் இதேபோல பச்சை ஒளியைக் கற்பனை செய்யுங்கள். அது ஆரோக்கியத்தைக் குறிக்கும்.

பின் தங்க ஒளியைக் கற்பனை செய்யுங்கள். அது செல்வத்தைக் குறிக்கும். செல்வம் என்பது பணம், பதவி, செல்வாக்கு, குடும்ப மகிழ்ச்சி, குழந்தைகள் எல்லாவற்றையும் குறிக்கும்.

பத்திலிருந்து ஒன்றுவரை

முதலில் செய்த மாதிரி பத்து மூச்சுக்களை நிதானமாக, ஆழமாக, அவசரமில்லாமல் இழுத்து விட்டு எண்ணிக்கொள்ளவும். பின்பு, பத்திலிருந்து ஒன்றுவரை எண்ணவும். பத்து, ஒன்பது, எட்டு என. ஒன்று என்று சொன்ன பிறகு மெல்லக் கண்களைத் திறந்து தியானத்தை முடித்துக் கொள்ளவும்.

தியானத்தை ஆரம்பிப்பதற்கு முன் கடிகாரத்தில் மணி பார்த்துக் கொள்ளவும். முடித்த பிறகு பார்க்கவும். இருபது நிமிடங்கள் ஆகியிருக்கவேண்டும். அதற்குக் குறைவாக இருந்தால் அதற்குத் தகுந்த மாதிரி அடுத்த முறை செய்யும்போது ஏதாவது ஒரு நிலையில் நேரத்தைக் கூட்டிக்கொள்ளவும். நாளாக ஆக, சரியாக 20 நிமிடங்களில் முடிந்துவிடும். இருபதுக்கு மேலே போனால் பரவாயில்லை. ஆனால் இருபதுக்குக் குறையக்கூடாது. இருபது நிமிடங்களில் அல்லது அதற்கு மேலே போனவுடன் கண்களைத் திறக்க முடிந்தாலே ஆல்ஃபா சரியாக வந்திருக்கிறது என்றுதான் பொருள்.

ஆல்ஃபா தியானம் செய்த பிறகு முக்கியமான விஷயம் அதை மறந்துவிடுவதுதான். செய்து முடித்து எழுந்த பிறகு, எப்போதும்போல சாதாரண மனிதனாகிவிடவேண்டும். அதைப் பற்றியே நினைத்துக் கொண்டிருக்கக்கூடாது.

இந்தப் பயிற்சியை ஒவ்வொரு நாளும் அல்லது வாரத்தில் வியாழன், வெள்ளி, ஞாயிறு ஆகிய மூன்று நாட்களாவது செய்ய வேண்டும். இதன் பலன்கள் முழுமையாகக் கிடைப்பதற்குக் குறைந்தது மூன்றரை மாதங்கள் செய்யவேண்டும். தினமும் செய்தால் மூன்றரை மாதங்கள். வாரத்தில் மூன்று நாட்கள் மட்டும் செய்தால் எத்தனை மாதங்கள் என்று நீங்களே கணக்குப் போட்டுப் பார்த்துக் கொள்ளுங்கள்.

நேரில் நான் பயிற்சி கொடுக்கும்போது, மூன்றரை மாதங்கள் கழித்து, நினைத்தவுடன் ஆல்ஃபாவுக்குப் போவதற்கான சாவி ஒன்று கொடுப்பேன். அதை நீங்கள் என் அனுமதியின்றி யாருக்கும் கொடுக்கக்கூடாது. கொடுத்தாலும் வேலை செய்யாது (இது ஞானபரம்பரையின் குரு சிஷ்ய ரகசியம்). அதனால் அதை இங்கே சொல்ல முடியாது.

ஆல்ஃபா தியானம் பற்றிய சிறு குறிப்புதான் இது. இதை வைத்துக்கொண்டு ஆல்ஃபா தியானம் செய்ய முடியும். ஆனால்

நேரில் என்னிடமோ தகுதியானவர்களிடமோ கேட்டுச் செய்வது சந்தேகத்துக்கு இடமின்றி முழுப்பலனைக் கொடுக்கும்.

நான் இந்த நூலில் விவரித்துள்ள தியான முறைகளில் எதாவது மூன்றினைத் தொடர்ந்து செய்து வருவது நல்லது. குறிப்பாக மூச்சுப் பயிற்சியில் தொடங்கிக்கொள்வது நல்லது. முச்சு தியானத்தை விட்டுவிடாமல் உங்களுக்கு உகந்த வேறு இரண்டு தியானங்களைத் தேர்ந்தெடுத்துக்கொள்ளலாம்.

மாஸ்டர் மாற்றுச்சாவியை உங்கள் கைகளில் கொடுத்துவிட்டேன். அதைச் சரியாகப் பயன்படுத்துவது உங்கள் கையில்தான் உள்ளது. தொடர்ந்து வெற்றி மட்டும் பெற்றுக்கொண்டிருக்க வாழ்த்துகள்.

ஆல்ஃபா தியானம்

நாகூர் ரூமி

ஆல்ஃபா என்பது ஓர் அறிதல் முறை. ஆச்சர்யமூட்டத்தக்க வகையில் உங்கள் இயல்புகளை மேன்மைப்படுத்தி, வாழ்வையே வண்ணமயமாக்கிவிடக்கூடிய ஒரு சிம்பிள் தியானம். முயற்சி செய்து பாருங்கள்! வியந்துபோவீர்கள்.

ISBN: 978-81-8368-419-4

அடுத்த விநாடி
நாகூர் ரூமி

இந்த விநாடியில் நீங்கள் செய்யும் செயல்களின் விளைவே அடுத்த விநாடி உங்கள் வாழ்க்கையைத் தீர்மானிக்கிறது. உங்களின் 'இந்த விநாடி'யை அர்த்த முள்ளதாக்க இந்நூல் மிகச் சிறப்பாக உதவுகிறது. அதன் மூலம் உங்கள் அடுத்த விநாடி தொடங்கி வெற்றிப் பாதையில் நடைபோட வழிகாட்டுகிறது.

ISBN: 978-81-8368-003-5

அனைத்து முக்கிய புத்தகக் கடைகள், துணிக்கடைகள் மற்றும் சூப்பர் மார்க்கெட்டுகளிலும் கிழக்கு பதிப்பகத்தின் புத்தகங்கள் விற்பனைக்குக் கிடைக்கும்.

ஆன்லைனில் புத்தகங்கள் வாங்க
www.nhm.in/shop

போன் மூலம் புத்தகம் வாங்க

94459 01234

DIAL FOR BOOKS™

9445 97 97 97

- இந்தியாவில் எங்கிருந்தாலும் போன் மூலமாக புத்தகம் வாங்கலாம்.
- புத்தகங்கள் வி.பி.பி யில் மட்டுமே அனுப்பி வைக்கப்படும்.
- கொரியர் மூலமாக வாங்க எங்களைத் தொடர்பு கொள்ளவும்.

மேலதிக விபரங்களுக்கு எங்களைத் தொடர்புகொள்ளவும்.
94459 01234, 9445 97 97 97

*நிபந்தனைகட்குப்பட்டது.

2.